ટપરી : ચા, સાથી અને સખાનો સંગમ

જીવનનાં સ્વર્ણ વર્ષોની યાદો

લેખક

કબીર મલેક "રાહી"

હું આ પુસ્તક મારા પરીવાર તથા મારા જીગરી એવા મિત્રો અને મારા પ્રવાસી દોસ્તોને અર્પણ કરું છું.

અનુક્રમણિકા

પુસ્તકમાં કુલ ૯ પ્રકરણમાં વહેંચવામાં આવેલ છે. દરેક પ્રકરણમાં નવા પાત્ર, રહસ્ય, કિસ્સા, અને રમૂજી ઘટનાઓનો સમાવેશ કરી વધુ રસપ્રદ તૈયાર કર્યું છે.

લેખક વતી

દરેક વ્યક્તિ પોતાના કૉલેજ કાળના દિવસો એક યાદોનું સંદૂક બનાવીને માળીચે પર મૂકેલું હોય છે. હું અહીં આપ સૌના એ સંદૂકને ફરી માળીચે થી ઉતારીને યાદોને તાજી કરવાંના પ્રયત્ન થકી એક પુસ્તકની રજૂઆત કરું છું. કૉલેજકાળના સ્વર્ણ દિવસોની યાદો કે જ્યાં જિંદગીમાં એક આગવું અને ઉત્તમ ઉદાહરણ સમાન મિત્રતા, ધમ્મામસ્તી, કૉલેજની પરીક્ષાનાં કિસ્સા, ઉભકા મારતી જવાનીમાં પ્રેમનાં પ્રકરણ, જેવી અનેક બાબતોને જોડીને ટપરી : ચા, સાથી અને સખાનો સંગમની રચના કરવામાં આવી છે.

પ્રયત્ન ઘણો લઘુ કક્ષાનો છે, છતાં આજની આ દોડતી ભાગતી જિંદગીમાં પોતાનાં કૉલેજના દિવસો યાદ કરી, પોતાનાં એ જિગરજાન દોસ્તોને યાદ કરી મનની નિખાલસને વધારવામાં આપ સમક્ષ હું રચના મૂકું છું.

કૉલેજ હોય કે શાળા હોય દરેક તબક્કે બનેલા અજાણ્યા છતાં જાણતા, લોહીયા સંબંધથી પણ વધીને બનેલી મિત્રતા કદાસ સાત ભવમાં પણ જોવા જાય તો મળે નહીં તેવી મિત્રતા પાછલી પાટલી પર થતાં હોય છે.

લેખક વતી

અંગ્રેજી ભાષામાં એક શબ્દ વપરાયો છે કે એક બેન્ચર્સ. જે શબ્દ વપરાયો છે તો વર્ગખંડમાં છેલ્લાં બેસનાર ડફોળ વિધ્યાર્થીઓ માટે પણ ખરેખર તો સમય સાથે એજ વિધ્યાર્થીઓ સફળતાની દરેક પરિસ્થતિઓ જીવી જાણે છે. એટલે જ આપણાં પૂર્વ રાષ્ટ્રપતિ અને મિસાઈલમેન તરીકે ઓળખાતા એ.પી.જે. અબ્દુલ કલામ સાહેબે પણ કીધું છે કે "રાષ્ટ્રના શ્રેષ્ઠ મગજ વર્ગખંડના પાછલી પાટલીના વિધ્યાર્થીઓમાં જોવા મળે છે."

અહિયાંથી એક વિચારનો આરંભ થયો કે કૉલેજ જીવનમાં દરેકના યાદગાર કિસ્સાઓ જે એક સમયે બદલાતી પરિસ્થતિ સાથે વિસરતા હોય તેને યાદ કરાવી દવ. દરેક વાચકને ફરી એકવાર એ કૉલેજની મિત્રમંડળીને રી-યુનીયન કરવાના પ્લાનને થોડો જોર આપી દવ.

પુસ્તકમાં અમુક ઘટનાઓ અને સ્થળોએ તેના ગુપ્તતાને ધ્યાનમાં રાખી બદલેલ છે. છતાં કોઈ ઉલ્લેખ જોવા મળે તો તે માત્ર એક સંજોગ હોય શકે. અહી અમુક ઘટનાઓને કાલ્પનિક રીતે પણ રજૂ કરેલ છે.

Kabir Malek
૨૧ ઓગસ્ટ ૨૦૨૪

પ્રસ્તાવના

પ્રસ્તુત પુસ્તકમાં ત્રણ એવા મિત્રોની રજૂઆત કરવામાં આવી છે કે જે જિંદગીના દરેક પગલે કસોટીઓ આપે છે. આ કસોટીઓમાં તેઓ રમૂજી અંદાજ, ઉદારતા અને સાહસિક રીતે પાર પાડવાનો પ્રયત્ન કરતાં હોય છે. પ્રયત્નો તેમણે જિંદગીના અજીબોગરીબ પાઠ શીખવે છે અને દુનિયાનો અલગ અંદાજ તેમને જોવા મળે છે. દરેક સમસ્યાનો ઉકેલ મેળવવા તેમની જિંદગીનો અતૂટ હિસ્સો બની ગયેલ એવી ટપરી પર ભેગા થઈને મેળવતા હોય છે. એક સમયે અજાણ્યા રહી ચુકેલા વ્યક્તિઓ કેવી રીતે મિત્રતાના મૂળિયાં બની જાય છે તેનું વિસ્તૃત અહેવાલેખન અહીં રજૂ કરેલ છે.

હું, રમેશ, રાહુલ ત્રણ વ્યક્તિઓએ વિતાવેલ પોતાનાં કોલેજના દિવસોના અમુક રમૂજી અને સાહસિક કિસ્સાઓ અહીં લખાયેલ છે. કોલેજના પ્રવાસ હોય કે મિત્રો સાથે નાની રકઝક, કોલેજની પરીક્ષાઓ હોય કે તેની તૈયારીઓ હોય, પ્રેમ થયાનો ભય હોય કે પ્રેમ પ્રસ્તાવનો કદમ, કોલેજ બહારની ચાની ટપરી હોય કે ટપરીવાળા જોડેના સંબંધ અને ઉધાર, બધી બાબતો જે દરેક વાંચકના જુના કોલેજના કિસ્સાઓને વાગોળતાં કરી મૂકશે.

પાત્રો

કબીર : મુખ્ય પાત્ર

રાહુલ : કબીરનો મિત્ર ઉર્ફે રહુડિયો

રમેશ : કબીરનો મિત્ર ઉર્ફે પીપીયો

કૌશિક : કબીરનો મિત્ર ઉર્ફે પનોતી

ધ્રુવ : કબીરનો મિત્ર ઉર્ફે રોમિયો

આકાશ : કબીરનો મિત્ર ઉર્ફે બુટલેગર

વિના બહેન : અધ્યાપક ઉર્ફે હિટલર

જિતેન્દ્ર સર : અધ્યાપક ઉર્ફે ખાંણીયો

રવિ સર : કેમ્પના સંચાલક

નુર : કબીરની પ્રેમિકા

શીતલ : નુરની મિત્ર ઉર્ફે ટપ્પા

ઇકબાલ : રિક્ષાવાળો, કબીરનો મિત્ર

નાનાજી કાકા : ટપરી ચલાવવા વાળા

લખી માસી : નાનાજી કાકાની પત્ની

પ્રેમ : પ્રવાસી મિત્ર

પથિક : પ્રવાસી મિત્ર

1. આરંભ

પહેલાં દિવસે મળેલા અજાણ વ્યક્તિ, જીવનનો અતૂટ હિસ્સો બની શકે?

મારી કોલેજનો પહેલો દિવસ મને આજે પણ યાદ છે અને આખી જિંદગી યાદ રહેશે. હું કેવી રીતે ભૂલી શકું એ દિવસ ને જેમાં મને બે વિચિત્ર પ્રાણીઓ મળ્યા હતાં. તે બે અજાણ્યા વ્યક્તિઓ મારા જીવનનું એક અતૂટ હિસ્સો બની જશે એ મેં વિચાર્યું જ ન હતું . એમના જોડે વિતાવેલા દિવસો એ મને આજે પણ યાદ છે. ચોમાસાનો પહેલો વરસાદ હતો, ધીમો-ધીમો વરસાદ વરસતો હતો અને હું સવારના ઠીક સાત વાગ્યે ઉઠ્યો.

મારા ઘરેથી મારી કૉલેજ નવ કિલોમીટર દૂર હતી અને તેનો સમય અગિયાર વાગ્યાનો હતો. હું સવારના સાત વાગ્યાથી જ બધી તૈયારીઓ કરવા લાગ્યો હતો. કપડા કયાં પહેરીશ? બુટ ક્યા પહેરીશ? એ બધા જ વિચારો મારા મગજમાં દોડી રહ્યાં હતાં. બધા વિચારોને શાંત કરી એક અલગ જ જુસ્સામાં કોલેજ જવા માટે તૈયાર થયો. ગઈ કાલે લાવેલા કપડા અને બાજુવાળા પાસેથી માંગેલા બુટ પહેરીને

હું ઠીક દસ વાગ્યે કૉલેજ જવા માટે નીકળ્યો. એવું લાગતું જાણે આજ દિવસની હું રાહ જોતો હતો.

મારી કૉલેજ દીવ શહેરમાં હતી. મારી કૉલેજનું નામ શ્રી કોકિલાબેન આર્ટ્સ ઍન્ડ કોમર્સ કૉલેજ હતું. દીવ નામ સાંભળતા જ ની સાથે પહેલો વિચાર શું આવે? અરે એ નહીં હું દરિયાની વાત કરું છું. મારી કૉલેજની સામે દરિયો, બાજુમાં કિલ્લો અને શાંત વાતાવરણ એવી સુંદર મજાની અમારી કૉલેજ હતી. જેમાં હું મારા જીવનના સૌથી શ્રેષ્ઠ વર્ષો કાઢવાનો હતો. જેમાં મને જિંદગીભરની મિત્રતા મળવાની હતી.

લગભગ સાડા દશેક વાગ્યે હું કૉલેજ પહોંચી ગયો હતો. ત્યાં હજુ લેક્ચર ચાલુ થવામાં અડધો કલાકની વાર હતી. તો મને વિચાર આવ્યો કે હું કૉલેજના દર્શન કરી લવ. પહેલાં હું ક્રિકેટના ગ્રાઉન્ડ ગયો, જ્યાં બધા વિદ્યાર્થીઓ જુદી-જુદી રમતો રમી રહ્યાં હતાં. તેમાંથી એક વિદ્યાર્થી મને અજીબ લાગ્યો.

શરીરે આછો, શર્ટના બે બટન ખુલ્લા, મોઢા ઉપર ઘેરાવ દાર દાઢી, વિખરાયેલા વાળ, હાથમાં બેટ લઈને ચાલ્યો આવતો, જાણે એવું લાગતું કે સાત સિંહાસનનો રાજા રાજ ગાદી ઉપર બેસવા જઈ રહ્યો હોય. તેનું નામ રમેશ ઉર્ફે "પીપીયો" હતું. પીપીયાની નામ પાછળ પણ એક ટૂંકી ઘટના છે. એક દિવસ અમે લસ્સી પીવા ગયા ત્યારે તે લસ્સીના ત્રણ ગ્લાસ પી ગયો હતો. પૈસા મારે આપવાના

હતાં એટલે હું કટાક્ષમાં બોલ્યો પી.. પી.. હજુ પી તું, ત્યારથી તેનું નામ પીપીયો પાડ્યું હતું.

બીજી બાજુ શરીરે પાંચેક હાથ પૂરો, જમણા હાથમાં કળો, ઘેરાવદાર દાઢી, ચહેરા પર મરક સ્મિત, તેજસ્વી વીર જેવી આંખો, જ્ઞાનીઓ નો જ્ઞાની તે હતો રાહુલ. તેને અમે લોકો "રહુડિયો" કહેતા હતાં. રાહુલનું નામ રહુડિયો એટલે રાખવામાં આવ્યું કે ગમે તે આડાઅવળી, ઝગડો કે પછી કંઈ પણ કૉલેજમાં થયું હોય તેમાં તેને રસ લેવાની આદત હતી. એટલે અમે તેને રહુડિયો કહેતા હતાં.

રહુડિયો અને પીપીયો બંને સ્કૂલ સમયથી જોડે હતાં. એ બન્ને ખાસ ભાઈબંધ હતાં જાણે શોલે પિક્ચરના જય અને વિરુ, પરંતુ ભગવાને કંઈક બીજું જ મંજુર હતું. તેણે જય અને વિરુના જીવનમાં ઠાકુરની એન્ટ્રી કરાવી દીધી હતી. જ્યારે જય, વિરુ અને ઠાકુર એક જ કૉલેજમાં હોય અને ત્યારે કૉલેજમાં કંઈક ન થાય એવું બને જ નહીં. રહુડિયો અને પીપીયો ગ્રાઉન્ડની બહાર આવતા હતાં, ત્યાં તો કૉલેજની ઘંટડી વાગી ગઈ હતી.

હું મારા વર્ગખંડ તરફ વળ્યો. હું છેલ્લી પાટલી પર બેઠવા વાળો વિદ્યાર્થી હતો. વર્ગખંડના અંદર દાખલ થતા જ બધાના ચહેરા નવા લાગતા હતાં. બધા એકબીજા જોડે મિત્રતા કરવાનો પ્રયાસ કરી રહ્યા હતાં. બીજી તરફ હું, મિત્ર બનાવવામાં સંકોચ કરી રહ્યો હતો. મને એવું લાગતું જાણે હું એકલો રહી જાય મારા કોઈ મિત્ર બનશે જ નહીં. ત્યાં તો

રહુડિયો અને પીપીયો વર્ગખંડના અંદર આવે છે અને તે બંને છેલ્લી પાટલી પર આવીને મારી જોડે બેસી ગયા.

પ્રથમ લેક્ચર વિનાબેનનો હતો. વિનાબેન શરીરે આછા, આંખોથી શાંત, નાકની ઉપર ગુસ્સો, બોલવામાં જાણે અગ્નિ વરસાવતા હોય, અને જ્યારે એ ચાલીને આવે ત્યારે એવું લાગે જાણે જંગલમાં સિંહણ શિકાર કરવા નીકળી હોય. વિનાબેન પહેલી પાટલીવાળા સાથે એવી રીતે વર્તન કરતાં જાણે 'અહિંસા પરમ ધર્મ' અને છેલ્લી પાટલી વાળા વિદ્યાર્થીઓ સાથે એવું વર્તન કરતાં જાણે 'હિંસા પરમ ધર્મ' તેથી અમે વિધ્યાર્થીઓ તેમને "હિટલર" કહીને સંબોધિત કરતા હતાં.

વિનાબેન ઊર્ફે હિટલર એ અમારા સમાજશાસ્ત્રનાં પ્રોફેસર હતાં. પ્રથમ લેક્ચરમાં બધા વિદ્યાર્થીઓઅે પોત-પોતાનો પરિચય આપ્યો હતો. ત્યારબાદ વિનાબેન ઊર્ફે હિટલર એ ભણાવવાનું ચાલુ કર્યું. પરંતુ મારા બે અનમોલ રતન ભણે એવા લાગતા ન હતાં. તે ચાલુ લેક્ચરમાં ચણા ખાતા હતાં આ દ્રશ્ય જોઈ વિનાબેન એ પીપીયાને ઉભો કર્યો.

વિનાબેન પીપીયાને કહે *"બેટા બોલ, તો સમાજશાસ્ત્રનાં પિતા કોણ છે?"* પીપીયો શાંત ઉભો રહ્યો. ત્યાં વિનાબેન બોલ્યા *"તેના બાજુ વાળો ઊભો થા"* રહુડિયો ઊભો થયો વીનાબેન એ રહુડિયાને કીધું *"બેટા તું બોલ"* રહુડિયો પીપીયા તરફ એવી રીતે જોઈ છે જાણે એક તરસ્યો

પાણી તરફ જોતો હોય. પરંતુ આ પ્રશ્નનો જવાબ ન તો રહુડિયાને આવડવતો હતો, ન તો પીપીયાને. પ્રથમ દિવસ હતો એટલે વિનાબેન બંન્ને ને શાંતિથી બેસવાનું કહ્યું. પરંતુ આ પ્રાણીઓ શાંતિથી બેસે એવા લાગતા નથી. બેસતા બેસતા પીપીયો બોલ્યો *"એલા રહુડિયા, સમાજશાસ્ત્રના ફાધર હોય તો તેની મધર પણ હશે જ ને?"* આ વાત સાંભળીને હું મારી હસી ન રોકી શક્યો.

અમને ત્રણેયને વિનાબેન હસતા જોઈ ગયા. ગુસ્સામાં તેમણે કિધું *"તમે ત્રણેય ઉભા થાઓ અને મારા લેક્ચરમાંથી બહાર નીકળો."* હું મારું પક્ષ રાખુ એ પહેલા તો મારું હાથ પકડી પીપીયો અને રહુડિયો મને વર્ગખંડની બહાર લઈ આવ્યા. વર્ગખંડની બહાર આવતા અમે આ વાત પર નક્ટાની જેમ ખૂબજ હસ્યા.

"સાદી સીધી હતી, પણ અમારી મિત્રતાની આ પહેલી સીડી હતી.".

૨. વર્ગખંડનો પરિચય

મારો વર્ગખંડ એ વિચિત્રને વિચિત્ર વિધ્યાર્થીઓથી ભરેલો હતો. તેમાં જાત જાતના વિદ્યાર્થીઓ જોવા મળતા હતાં. અમારા વર્ગખંડમાં કોઈ સાયન્ટિસ્ટ તો કોઈ સિંગર, તો કોઈ ઍકટર હતાં પણ પોતાની દુનિયાના. અમારા વર્ગખંડની તો વાત જ આખી અલગ હતી તેમાંથી પણ અમુક તો ખૂબ અઘરી પણ ફાટેલિય નોટો પણ ખરી.

વર્ગખંડની શરૂઆત થતા જ બે છોકરીઓ બેસતી તેમનું નામ નિધી અને નિષ્ઠા હતું. તે બંને બહેનો હતી બંને દેખાવમાં એકદમ સરખી દેખાતી તેને અમે લોકો "જુડવા" કહેતા હતાં. ત્રણ વર્ષમાં હું તેમને ઓળખી ન શક્યો કોણ નિધી છે અને કોણ નિષ્ઠા. પરંતુ બંને સ્વભાવ જુદા જુદા હતાં નિધિ ગુસ્સાની બોવ તેજ હતી જ્યારે નિષ્ઠા સરળ અને એકદમ શાંત.

નિધિ અને નિષ્ઠાની પછવાડે એક સિંગર બેસતી હતી. તેની ઊંચાઈ મુશ્કેલથી ચાર ફૂટ હશે. તે દેખાવમાં એકદમ નાની છોકરીની જેમ લાગતી અને સ્વભાવ પણ નાના છોકરા જેવું હતું. તેનું નામ ભૂમી

હતું તેને અમે લોકો "બચ્ચુ" કહેતા હતાં. તેના ગળામાં જાણે સાક્ષાત સરસ્વતી વિરાજમાન હોય એવું અમને લાગતું હતું. તે ખૂબ જ સરસ ગીતો ગાતી.

વર્ગખંડમાં એક વિચિત્ર મનુષ્ય હતું જે ગમે તેવી પરિસ્થિતિ હોય, તે હસતો જ રહેતો હોય અને આખા ગામને સલાહ આપતો હોય તેનું નામ દિલિપ હતું તેને અમે "બાબુઆતા" કહેતા.

"આમણ ગઠ્ઠો" નામ સાંભળતા વિચાર આવ્યો હશે કે આનું સ્વભાવ કેવો હશે. આમણ ગઠ્ઠો શરીરે હટ્ટો ગઠ્ઠો હતો રંગે કાળો, અને એકદમ અજળબુદ્ધિનો હતો. તે કોઈને મારવા પહેલા જરાય વિચારતો ન હતો. તેના આધાર કાર્ડમાં તો ગુણવંત નામ હતું પરંતુ અમે તેને આમણ ગઠ્ઠો કહેતા.

અમારા વર્ગખંડમાં ત્રણ હાર્દિક હતાં, પરંતુ ત્રણેય જુદા જુદા કલાકાર એક હાર્દિક જેને ફોટોગ્રાફીનો શોખ હતો. તે બહુ મસ્ત ફોટોગ્રાફી કરતો હતો. તેનું નામ "ફોટોગ્રાફર" પાડ્યું. બીજો હાર્દિક નવા નવા સંશોધનો કરતો હતો. તે ગમે તે સમયે ગમે તે વસ્તુને દેખી તેની મૂલ્યાંકન કરી દેતો. તેથી તેનું નામ "સાઇન્ટીસ્ટ" પાડ્યું. ત્રીજો હાર્દિકને અમે "ડોક્ટર" કહેતાં. આખા વર્ગખંડમાં કોઈને છોલાણું હોય, બીમાર હોય કે પછી ગમે તે શારીરિક કે માનસિક સમસ્યા હોય, તેનું ઉપચાર કરતો. કેમ કે તેનો મોટોભાઈનું ગામમાં એક

ક્લિનિક હતું તો ત્યાં તે કોઈક વાર જતો તો થોડું ઘણું પ્રાથમિક સારવાર કરી લેતો.

ધર્મેશ ઉર્ફે "ધમો ડોન" તેની પાસે દરેક જાતના નશાની માહિતી હતી. કયો નશો કેટલા સમય સુધી રહેશે અને તે નશો ઉતારવા માટે શું કરવું વગેરે વગેરે. તે તમામ પ્રકારનો જાણકાર હતો. શિવાજી બીડી થી લઈને સિગારેટ સુધી કેટલી કંપની છે. તેના માલીક કોણ છે તે બધી માહિતી ધમા ડોન પાસે હતી. જે વ્યસનની ખબર આપણને આપણા જીવનમાં ના હોય, તે સંપૂર્ણ માહિતી ધર્મેશ ઉર્ફે ધમો ડોન પાસેથી મળી જાય.

નિર્ભય તે અમારી ક્લાસનો "સુનીયો" હતો. ડોરીમોનમાં એક અમીર પાત્ર આવે છે સુનીયો. નિર્ભય પાસે મોંઘી મોંઘી વસ્તુઓ જોવા મળતી તે વર્ગખંડમાં મોંઘી વસ્તુઓ લાવીને અમારો જીવ બાળતો, તેથી તેનું નામ સુનીયો પડ્યો.

એક હતો "હેકર" તે પણ અજીબોગરીબ હતો. એક દિવસ મેડમ એ તેને ગુડ મોર્નિંગનો જવાબ ન આપ્યો. તો તેણે મેડમને પાંચ હજાર મેસેજ મોકલાવી દીધા. પહેલા તો તે કોમ્પ્યુટર સેંટર પર કામ કરતો હતો પછી બારમાં ધોરણની બીજી વખત પરીક્ષા આપી પાસ થયો ત્યારે જઈને કોલેજમાં આવ્યો. તેથી

તેનું નામ હેકર પડ્યું. આમ તો તેની ફઈબાએ તેનું નામ દેવ રાખ્યું હતું.

બધાના જીવનમાં એક મિત્ર તો એવો હોય જેને આપણે "રોમિયો" કહી શકીએ. અમારા વર્ગખંડમાં પણ એક રોમિયો હતો આખો દિવસ તે છોકરીઓની વચ્ચે જ રહેતો. અમારા વર્ગખંડની છોકરીઓ તો હોય જ પણ બીજા વર્ગખંડની છોકરીઓ પણ તેની જોડે બેસવા આવતી. હંમેશાં છોકરીઓની વચ્ચે રચ્યો પચ્યો રહેવાથી તેનું નામ રોમિયો પાડવામાં આવ્યું. જો કે કૉલેજના રજિસ્ટરમાં તેનું નામ ધ્રુવ લખાયું હતું.

ત્રીજી બેન્ચીસ મિડલમાં એક છોકરી તેને બે બેનપણી સાથે બેસતી. તેને જોતા જ મારા હાવ ભાવ બદલાઈ જતા. જ્યારે પણ હું તેને જોવ ત્યારે મને જેઠાલાલનો એક ડાયલોગ યાદ આવી જતો. જેઠાલાલ દયાને કહે છે ને કે "સ્વર્ગ સે ઉતરી હુઈ કોકીલ કંઠી અપ્સરા લગ રહી હો તુમ" તેના ખૂબસૂરતી જેવુ જ અનુ નામ હતું નુર.

"પનૌતી" મારી જીવનનો એક સર્વશ્રેષ્ઠ મિત્ર જેના સાથે હું ઘણી મુશ્કેલીઓમાં ફસાઈ ચુક્યો છું. જ્યારે પણ હું મુશ્કેલીમાં ફસાતો ત્યારે મારી જોડે મારો એક મિત્ર હોય જ છે તેનું નામ કૌશિક છે. તેને હું પનૌતી કહું છું જ્યાં કૌશિક હોય ત્યાં મુશ્કેલીઓ હોય. "ધ રીયલ લાઈફ ઑફ જેઠાલાલ"

"ઉંગલી ખાયો" આ નામ અમે એક વિદ્યાર્થીનું રાખ્યું હતું. કેમ કે તે વર્ગખંડમાં હોય કે ગ્રાઉન્ડમાં આખો દિવસ મોઢામાં ઉંગલી નાખીને ફરતો. તેથી તેને અમે ઉંગલી ખાયોથી સંબોધિત કરતા હતાં. આમ તો તેના એલ. સી. માં નામ તો અલ્ફાજ લખાયેલું હતું.

વિકી ઉર્ફે "બિઝનેસમેન" આખા દિવસ બસ ધંધા વિશે જ વિચારતો હોય, જ્યારે મળો ત્યારે બસ ધંધો કરવો છે વ્યાપાર કરવો છે એના વિશે જ વાતો કરતો તેને ધંધા વ્યાપારથી અલગ જ પ્રેમ હતો તેથી તેનું નામ બિઝનેસમેન રાખવામાં આવ્યું. ખરેખર તો એ હર્ષદ મહેતાનો મોટો ફેન હતો.

"બુટલેગર" નામ સાંભળતા જે છાપ તમારા મનમાં ઊભી થઈ છે તે સાચી છે. અમારા વર્ગખંડનો એક વિદ્યાર્થી તેનું નામ આકાશ હતું પણ દેશી દારૂથી લઈ અને અંગ્રેજી વાઈન સુધીની તમામ માહિતી તેને હતી. કેમ કે તે બારમાં કામ કરતો.

આમ તો અમારા વર્ગખંડમાં ભિન્ન ભિન્ન પ્રકારના વિધ્યાર્થીઓ જોવા મળતા. બધામાં કંઈક ને કંઈક ટેલેન્ટ હતું બધાના ટેલેન્ટના આધારે તેમનું નામકરણ કરવામાં આવ્યું હતું. એક નામ ફઈબા રાખે અને અમે હતાં તેની બીજી ફઈબા.

"નામ મે ક્યાં રખાં હૈ બાબુમોસાઈ ●"
અરે નામ હી તો પહેચાન હૈ. હમારે ક્લાસ કિ.

૩. ક્લાસ ટેસ્ટ

દિવસો વિતવા લાગ્યા અને તે બે અજાણ્યા વ્યક્તિ મારા પરમ મિત્રો બની ગયા. વર્ગખંડમાં જોડે બેસવું અને ઠીક બે કલાક પછી ચા પીવા જવું એ અમારી દિનચર્યા બની ગઈ હતી. પરંતુ કહેવાય છે ને સુખ પછી દુઃખ આવે એમ અમારો એ દુઃખ હતો રાજેશ. રાજેશ એ અધ્યાયકોનો પ્રિય છાત્ર હતો.

રાજેશ જોવામાં સાદા કપડા, શર્ટમાં ઈસ્ત્રી કરેલ, બૈરાઠીના પગમાં બુટ, આંખો ઉપર ચશ્મા અને એકદમ સંસ્કારી છોકરો જાણે મકસદ એજ ધારીને આવ્યો હોય કે યુનીવર્સિટીમાં ગોલ્ડમેડલ તો હું જ લાવીશ. તેથી તે અધ્યાપકનો પ્રિય છાત્ર હતો. જ્યારે પણ અધ્યાપકો તેને સ્ટાફ રૂમમાં બોલાવે ત્યારે તે એકદમ દોડીને જતો રહે જાણે કે મેરેથોન ની દોડ દોડી રહયો હોય તેથી તેનું નામ "બેલ બોય" રાખ્યું હતું. અધ્યાપકો એ તેને ક્લાસ મોનિટર તરીકે નિયુક્ત કરેલો હતો. ક્લાસ મોનિટર નિયુક્ત થયા બાદ જાણે એ તો પ્રધાનમંત્રી હોય તેવી હવા લઈને કૉલેજમાં ફરતો હતો. પરંતુ તેનાથી અમને કંઈ ફરક ન પડતો, અમે ત્રણેય અમારી દુનિયામાં મસ્ત હતાં.

ટપરી: ચા, સાથી અને સખાનો સંગમ

એક દિવસ અધ્યાપક ટેસ્ટ લેવાનું ભૂલી ગયા એ ટેસ્ટ અર્થશાસ્ત્રનો હતો અને અર્થશાસ્ત્રના અધ્યાપક એ ખૂબ જ સરળ સ્વભાવના હતાં. તે વિદ્યાર્થીઓને ખીજાતા નહીં સીધા તેમના માતા પિતાને જાણ કરતા. બેલ બોય અર્થશાસ્ત્રના અધ્યાપકને કહે *"મેમ, તમે આજે કંઈક ભૂલો છો?"* ત્યારે અર્થશાસ્ત્રના અધ્યાપકએ કીધું *"શું રાજેશ બેટા?"* ત્યારે રાજેશ બોલ્યો *"મેમ, આજે તમે ટેસ્ટ લેવાના હતાં ને...."*

રાજેશની આ વાત સાંભળીને એવું મન થયું કે જઈને રાજેશના કાનની નીચે બે થી ત્રણ બેલ વગાડું તો જ તેને ખબર પડશે કે ડોઢ ડાહ્યું ન થવાય. મેં મારા અંતર મન ને શાંત કર્યું. ત્યારબાદ અર્થશાસ્ત્રના અધ્યાપકે ટેસ્ટ લેવાનું ચાલુ કર્યું. બધા સારી રીતે ટેસ્ટ આપી રહ્યા હતાં અને અમે ત્રણેય એકબીજાના મોઢા જોઈ રહ્યા હતાં. આ ટેસ્ટ ત્રીસ મિનિટની હતી અને કુલ વીસ માર્કસની હતી. જેમ તેમ અમે ત્રણેયે અડધો કલાકમાં ટેસ્ટ પૂરો કર્યો.

ટેસ્ટ પૂરો થયા બાદ અર્થશાસ્ત્રના અધ્યાપકએ કીધું *"જે કોઈ વિદ્યાર્થીને પંદર થી નીચા માર્ક્સ આવશે તો તે વિદ્યાર્થી ટેસ્ટ પેપર ઉપર પોતાના માતા અથવા પિતાની સહી કરાવીને લાવશે અને જે કોઈ વિદ્યાર્થીને દસ થી નીચા માર્કસ આવશે તો તે પોતાના ઘરના કોઈ સભ્યને કૉલેજ લઈને આવશે."* અર્થશાસ્ત્રના અધ્યાપક આવા વચનો સાંભળી અમારું હૃદય બેસી ગયું.

અર્થશાસ્ત્રના અધ્યાપકની વાત પૂરી થઈ અને તે વર્ગખંડમાંથી બહાર ગયા. અમે ત્રણેય ઉભા થયા અને સીધા બેલ બોયની પાસે ગયા અને કીધું બોય વોશરૂમમાં ચાલ જો તું નહીં આવે તો અમે અધ્યાપક ને કહી દેશું કે, તું સમાજશાસ્ત્રની ટેસ્ટમાં ચોરી કરતો હતો. આ વાત સાંભળતા જ બેલ બોય બોઇસ વોશરૂમમાં આવ્યો. અમે ત્રણેય એ બેલ બોયને કીધું *"જો ફરીવાર ડાહ્યો થયો વર્ગખંડમાં તો તારું ઉત્તર અને દક્ષિણ બંને બગાડી નાખશું."*

આવી ધમકી સાંભળીને બેલ બોય બોલ્યો *"તમે ત્રણેય ત્રિપુટી ધ્યાન રાખજો બાકી હું અધ્યાપકને કહી દઈશ કે તમે મને ધમકી આપો છો."* હું ગુસ્સામાં બોલ્યો એલા **બે મુઠી હાડકા અને એક ચમચી ખુન** થોડોક શાંત થા બાકી બધી હોશિયારી નીકળી જશે. આમ કહી તેને અમે જવા દીધો.

બીજા દિવસે ટેસ્ટનો પરીણામ હતું. અમને અમારા પર પૂરો વિશ્વાસ હતો કે અમે પાસ તો થશું જ નહીં અને અમારો વિશ્વાસ સાચો પડ્યો. પીપીયાને આવ્યા ત્રણ માર્કસ, રહુડિયાને ચાર અને મને સાત માર્કસ આવ્યા. આખા વર્ગખંડમાં સૌથી ઓછા માર્કસ અમને ત્રણેયને હતાં. અર્થશાસ્ત્રના અધ્યાપક એ કિધું *"કાલે તમે ત્રણેય તમારા માતા અથવા પિતાને લઈને આવજો."* આ કહી અર્થશાસ્ત્રના અધ્યાપકે ભણાવવાનું ચાલુ કર્યું. લેક્ચર પૂરું થતાં અમે ચા પીવા માટે નીકળી ગયા.

ટપરી: ચા, સાથી અને સખાનો સંગમ

અમે ત્રણેય ટપરી એ પહોંચ્યા. તે ટપરી અમારા માટે આપાતકાલીન સભા કરવાનો અડ્ડો હતો. સામાન્ય ભાષામાં કહીએ તો ટપરી એટલે કોલેજના તથા સામાન્ય માણસના વ્યસ્ત સમયમાં હળવાશ આપતી જગ્યા. દરેક વિધ્યાર્થી પોતાના કોલેજકાળના જીવનમાં એક અગત્યનું સ્થાન એટલે ટપરી. ચા પીતા-પીતા અમે ત્રણેય વિચારવા લાગ્યા કાલે શું કરીશું? ત્યાં પીપીયો બોલ્યો *"આપણે કાલે કોલેજ નહીં જશું."* ત્યારે મેં કીધું *"તો પરમ દિવસે શું કરીશું?"* પીપીયો કહે છે ***"હવે સમય આવી ગયો છે કોલેજનો ત્યાગ કરવાનો."*** ત્યાં રહુડિયો બોલ્યો *"કો'ક આના મોઢા પર ટેપ પટ્ટી ચોપડો."*

વાતચીતની પ્રક્રિયા ચાલુ હતી ત્યાં રહુડિયો બોલ્યો *"આપણા ત્રણેયના માતાપિતાને કોલેજના અધ્યાયકો એ થોડી જોયા છે આપણે માત્ર ત્રણ વ્યક્તિને ગોતવાના છે જે આપણા માતાપિતા બનીને આપણી જોડે કોલેજ આવે."* આ યુક્તી અમને ગમી. હવે અમારી પાસે સમસ્યાનું સમાધાન હતું. અમે ત્રણેય માતાપિતા ગોતવા માટે નીકળી પડ્યા. સાધારણ વિદ્યાર્થીઓ ચોપડીઓ, પેન, પેન્સિલ, દફતર વગેરે... વસ્તુઓ ગોતવા નીકળે અને અમે ત્રણેય માતાપિતા ગોતવા નીકળ્યા હતાં.

મને ત્યાં તરત એક વ્યક્તિ યાદ આવ્યો 'ઈકબાલ રિક્ષાવાળો' ઈકબાલ એ અમારી જોડે ચાની દુકાન પર બેઠતો અને તેની જોડે અમારી મિત્રતા હતી. મેં વિચાર્યું કે

ઈકબાલને હું સમગ્ર ઘટના દર્શાવું અને તેને કહું તું મારો બાપ બનીને કોલેજે આવ અને આ વિચાર સાથે અમે તેને ગોતવા માટે નીકળી પડ્યા. તે અમને બસ સ્ટેન્ડની પાસે મળ્યો.

ઈકબાલ જોવામાં ડામર જેવો કાળો, માથામાં ચમેલીનો તેલ નાંખતો, છોટા ભીમમાં રાજુને જેટલા વાળ હતાં તેટલા વાળ એના માથા ઉપર, રિક્ષા ચલાવતા શિવાજી બીડી પીવાના શોખીન, શર્ટના ઉપરના ત્રણ બટન ખુલ્લા અને બોલવામાં હિન્દી અને ગુજરાતી ભેળવીને વાત કરે, એવો હતો અમારો ઈકબાલ. ઈકબાલ પાસે જઈને મેં તેને સમગ્ર ઘટના જણાવી. ત્યાં ઇકબાલ બોલ્યો *"ઇસમે અપના ક્યા ફાયદા?"* ત્યારે મેં ઈકબાલને કીધું *"જો તું મારી બાપ બનીને કૉલેજ આવા તો હું તને બે શિવાજી બીડીનો બંડલ અને બે ફાકી (માવો) લઈ આપીશ."* આ સાંભળતા જ ઈકબાલને જાણે અલીબાબાનો ખજાનો મળી ગયો હોય. ઈકબાલ બોલ્યો *"આજ સે તું મેરા દીકરા, બોલ બેટા કબ જાણે કા હૈ કૉલેજ?"* મેં ઈકબાલને કીધું *"કાલે સવારના અગિયાર વાગ્યે."*

મારી સમસ્યા તો દૂર થઈ ગઈ પરંતુ હજુ પીપીયો અને રહુડિયાની સમસ્યા બાકી હતી. અમે પાછા ટપરી વળ્યા, અમારા ત્રણેયના મોઢા ઉતરેલા હતાં. અમને ઉદાસ જોતા ટપરીવાળા કાકાએ કીધું *"શું થયું?"* અમે ત્રણેય તેને આખી વાત સમજાવી, ત્યારે તે કાકા બોલ્યા *"તમે તમારા*

માતાપિતાને જ લઈને જાવ, આવું બધું સારું ના લાગે.” ત્યારે રહુડિયા એ કીધું *“પપ્પા કામે હોય અને થાકીને ઘરે આવે, એક તો કામનું ટેન્શન અને અમે તેમને વધારે ટેન્શન આપવા માંગતા નથી.”*

રાહુલ તેના પપ્પાને અથળક પ્રેમ કરતો હોય એમ જાણે. રાહુલનો તેના પપ્પા પ્રત્યેનો પ્રેમ જોઈને નાનજીકાકા માની ગયા. અમે જે ટપરી એ બેસતા તે નાનજી કાકા અને તેમના પત્ની લખી માસી તે બંને ટપરી ચલાવતા હતાં. નાનજીકાકા એ કીધું *“રાહુલ હું તારા પપ્પા બનીને આવીશ અને લખી માસી પીપીયા તરફથી આવશે.”* હવે બધું નક્કી થઈ ગયું હતું. પરંતુ અંદરથી એક ડર હતો પેલા ઈકબાલનો, કેમ કે તે ‘બાવા હિન્દી’ બોલતો. હવે પાણીમાં કુદ્યા છે તો તરવું તો પડશે.

આવી ગયો યુદ્ધનો સમય, ઠીક અગિયાર વાગ્યે અમે અમારા સૈનિકો લઈને કોલેજ પોહચી ગયા. અધ્યાપક સ્ટાફ રૂમમાં હતાં. અમે સીધા સ્ટાફ રૂમની તરફ જઈ રહ્યા હતાં. મારા હ્રદયના ધબકારા વધવા લાગ્યા, ગોઠણ ધ્રુજવા લાગ્યા. પરંતુ હિંમત કરીને સ્ટાફ રૂમમાં પહોંચ્યા. અમારી તમામ હરકતો, અમે લાવેલા માતાપિતાની સામે રાખી, ત્યારે અમારી હરકતો, નખરા, મસ્તી સાંભળીને નાનજી કાકા રાહુલ પર ગુસ્સે થયા અને અર્થશાસ્ત્રના અધ્યાપકથી માફી માંગી.

પીપીયાની હરકતો સાંભળીને લખી માસીએ પીપીયાને એક ફળાકો ધરી દિધો. લખી માસીએ અર્થશાસ્ત્રના અધ્યાપકને આશ્વાસન આપ્યું કે *"હવે ફરીવાર આવું નઇ થશે અને તે ભણવામાં ધ્યાન આપશે."* પરંતુ જેને હું પિતા બનાવીને લાવ્યો હતો તે ડરી ગયો હતો. લખી માસીને પીપીયા ઉપર હાથ ઉપાડતા જોઈ એને બીક ના મારે મારા ગાલ ઉપર બે થી ત્રણ શાબાસી આપી દીધી. ત્યારે મને એવું લાગ્યું *"જો હું મારા અસલી પિતાજીને લઈને ગયો હોત ને તો પણ મને આટલી શાબાસીના આપત."*

ઈકબાલ બોલ્યો *"મેડમ મને ઇસ્કુ સમજાયા પણ આ તો સમજતા જ નહીં હૈ. હું આખા દિન રિક્ષા ચલાતા ઔર યે યહા ઢીંગા મસ્તી કરતા."* મેં કીધું *"પપ્પા આજ પછી નહીં થાય મારી આ છેલ્લી ભૂલ, મને માફ કરી ધ્યો."* ઈકબાલ બોલ્યો *"મેડમ તમે ઇસકો મારો, ના સુણે તો ભી મારો, હું ફરિયાદ લેણે નહિ આવું."* અર્થશાસ્ત્રના અધ્યાપક બોલ્યા *"ના... ના.. છોકરાવને ના મરાય, આમ પણ હવે ભૂલ નહીં થશે ને કબીર"* મેં કીધું *"નહીં મેમ."*

અમે ત્રણેય સોરી બોલીને સ્ટાફ રૂમમાંથી બહાર આવ્યા. મારી નજર તો ઈકબાલ ઉપર જ હતી. જાણે આંખોથી આંખો વચ્ચે યુદ્ધ થતું હોય, કૉલેજની બહાર નીકળીને મેં બૂમ પાડી *"ઈકબાલ........ તું મરા મેરે હાથ સે."* ઈકબાલ દોડતા દોડતા રિક્ષા પાસે ગયો, હું તેની પાછળ દોડ્યો અને મારી પાછળ પીપીયો અને રહુડિયો. મને

પીપીયાએ અને રહુડિયા એ પકડી રાખ્યો, ત્યાં તો તેણે રીક્ષા ચાલુ કરી દીધી. રીક્ષા ચાલુ કરીને બોલ્યો,

"બેટા ડોન કો પકડના મુશ્કિલ હી નહી નામુમકીન હૈ"

4. અકસ્માત

એક રોજ હું સવારના ઉઠી કૉલેજ જવા માટે નીકળ્યો. વિચાર્યું હતું કે આજે વર્ગખંડમાં મસ્ત બેસીને ભણીશ. કેમ કે રાત્રે હું 3 ઈડિયટ જોઈને સૂતો હતો. કૉલેજ પહોંચતા જ પીપીયો અને રહુડિયો કૉલેજના ગેટ ઊભા મળ્યા. હું બન્ને ને કંઈક પુછુ એ પહેલાં તો મારો હાથ પકડી મને ગાડી પર બેસાડી દીધો. જાણે આ બંને મારું અપહરણ કરવા માટે જ ઉભા હોય એવું લાગતું હતું.

હજુ બાઈક થોડી જ ચાલી હતી. મેં ધીમા અવાજે કીધું *"પીપીયા ક્યાં જાયે છીએ?"* ત્યારે કોઈ ઉતર મને ન મળતા મેં મારું અવાજ વધાર્યો. *"એલા પીપીયા આપણે ક્યાં જાયે છીએ?"* ત્યારે પીપીયા એ કીધું ' **તું આમ ખા ગોઠલીયુના ગણ** ' આ વાત સાંભળીને રહુડિયો હસવા લાગ્યો અને હું ચૂપચાપ બાઈક ઉપર બેઠો રહ્યો.

બાઈકમાંથી ઉતરવાની મેં ઘણી કોશિશ કરી. પરંતુ બાઈક પીપીયો ચલાવતો હતો અને એની પાછળ હું બેઠો હતો અને મારી પાછળ રહુડિયો. માટે હું ઉતરી ના શક્યો. પીપીયો બાઈકને કહે *"બસંતી, આજે જ તારી ટાંકી ફુલ કરાવી છે તને સારું તો લાગેશ ને?"* હું આ વાત સાંભળીને

રહુડિયાને કહું *"આ બસંતીની ટાંકીમાંથી પેટ્રોલ ચોરવું પડશે"* પીપીયો આ વાત સાંભળી ગયો અને તે પાછળ વળીને બોલવા જાય એ પહેલા તો અચાનક ગાડીની સામે ભુંડરુ આવી ગયું.

ભુંડરાને જોતા જ પીપીયા એ જોર થી બ્રેક મારી, ભુંડરુ તો બચી ગયું પણ અમે ત્રણેય ન બચ્યા. અમે ત્રણેય બાઈક પરથી પડી ગયા અને જાણે કોઈ સિનેમાનો સીન ચાલુ રહ્યો. અમારી બસંતી રોડની ઉપર ઘસડાતી હતી અને એક તરફ અમે ત્રણેય વોટરપાર્કમાં સ્લાઇડ કરતા હોય એવી રીતે રોડની ઉપર સ્લાઇડ કરી રહ્યા હતાં.

બે થી પાંચ મિનિટ તો દિમાગ ઠેકાણે ન હતાં. મને તો જાણે યમરાજના દર્શન સાક્ષાત થઈ ગયા આવું લાગ્યું. પરંતુ કહેવાય છે ને કે મૃત્યુ સામે હોય પરંતુ જો મિત્ર સાથે હોય તો મૃત્યુના સમયે પણ હાસ્ય નીકળી જાય. મને ભાન આવ્યું ત્યારે હું જોવ છું કે પીપીયા ગાડીને ઉભી કરતાં કહે છે *"બસંતી તને કંઈ વાગ્યું તો નથીને?"* અને બીજી તરફ હું વિચારમાં છું કે આ માંદા એ અમને ઉભા કર્યા નહીં અને બાઈકને પુછે છે. ત્યાં રહુડિયો બોલ્યો આ ઘટનાની જાણ કોઈ ઘરે કરશે નહી.

અમને ત્રણેયને વાગ્યું હતું. પીપીયાને ડાબો હાથ છોલાઈ ગયો અને પગનાં ગોઠણના ભાગે ઇજા થઈ હતી. રહુડિયાને જમણો હાથ છોલાયો હતો. હું વચ્ચે બેઠો હતો મને પણ ઈજા થઈ હતી. મારા બંને હાથો છોલાય ગયા અને

પગનો ગોઠણ પણ છોલાય ગયો. અમને લોકોને અકસ્માતની બીક ન હતી પરંતુ અમને અમારા પરિવારજનોની બીક હતી.

આ વાત જો ઘરે ખબર પડશે તો અમારા પરમ પૂજ્ય પિતાજી અમારી ત્રણેયની દિશા બદલી નાખશે. અમે ત્રણેય પિતાજીના બીકથી કોઈક સારું એવું બહાનું ગોતવા લાગ્યા. જેનાથી ઘરે અમે કહી શકીએ કે અમારા હાથ પગ બીજી કોઈ ઘટનાથી છોલાય ગયા છે. ત્યાં જ પીપીયો બોલ્યો "આપણે ઘરે કહી દેશું કે આપણે રસ્તા પર જત્તા હતાંને અમારો પગ લપચ્યો અને અમારા હાથપગના આ હાલત થયા.

પીપીયાની વાત સાંભળતા જ હું બોલ્યો "હા આપણા બાપ એ તો દુનિયા જોઈ જ નથી ને, જાણે પગ લપચ્યો અને ત્રણેયના હાથ પગ છોલાય ગયા અને માની જશે કા, તું તારી લલુરી બંધ રાખ, રહુડિયા હવે તું જ કંઈક વિચાર." રહુડિયો બોલ્યો "આપણે ત્રણેય ઘરે સરખા કારણો આપશું, જેથી કદાચ ન કરે નારાયણ આપણા ઘરના એકબીજાને કોલ કરે તો આપણને મુશ્કેલી ના પડે." આ વિચાર અમને સારો લાગ્યો. મેં અને પીપીયાએ આ વાતમાં હામી ભરી.

મેં ધીમાં અવાજે કીધું "પણ આપણે કારણ આપીશું શું?" તો રહુડિયો બોલ્યો "એલા માંદા જોર થી બોલ" ફરી એક વાર હું જોરથી બોલ્યો "રહુડિયા શું કારણ આપીશું?"

રહુડિયો બોલ્યો "આપણે કઈ દેશું કે કબડ્ડીની રમતની તૈયારી કરતા સમયે અમને ઈજાઓ થઈ. આ કારણ આ ઘટનામાં બંધ બેસતું હતું. તરત જ પીપીયાએ રમત ગમતના અધ્યાપકને કોલ કરી "સમગ્ર ઘટનાની જાણ કરી. રમત ગમતના અધ્યાપક અમારા પર ગુસ્સે થયા અને અમને હોસ્પિટલ જવાનું કીધું. આખરે એ અમારી વાતમાં હામી ભરી.

રમત ગમતના અધ્યાપકની અને પીપીયાની સારી એવી મિત્રતા હતી. પીપીયો એ રમત ગમતમાં સારો વિદ્યાર્થી હતો. આ બધું પતાવી અમે ત્રણેય હોસ્પિટલ એ ગયા અને હોસ્પિટલ જઈને તેમને બધે બધું સાચું કીધું. હોસ્પિટલના સ્ટાફ એ પણ અમને કીધું *"હખના રહેતા હોય તો"* ત્યારબાદ પીપીયાના ધા પર જેવી દવા પડી, ત્યાં પીપીયા એ જોરથી બૂમ પાડી "ઓય મા……રે.. બહુ જ બળે છે." ત્યારે મેં ગુસ્સામાં કીધું **"તું આમ ખા ગોઠલીયુ ના ગણ.**"

આ દ્રશ્ય જોઈ હોસ્પિટલના સ્ટાફ હસવા લાગ્યા. સાથે સાથે રહુડિયો પણ હસતો હતો. અમને ત્રણેયને પાટાપિંડી કરી અને અમે ત્રણેય કૉલેજ તરફ પાછા વળ્યા. જેવો હજુ કૉલેજમાં પગ મુક્યોને, ત્યાં તો અમારા વર્ગખંડના મિત્રોએ અમને ઘેરી લીધા. અમારી ત્રણેયની હાલત જોઈને પૂછવા લાગ્યા. *"શું થયું આ બધું?"* આ પ્રશ્ન સામે આવતા મનમાં એક વિચાર આવ્યો. જો આ લોકોને ખબર પડશે કે

અમારું અકસ્માત થયું છે. તો આખી કોલેજમાં મજાકનું પાત્ર બની જશું.

હું અને રહુડિયો એકબીજાની સામે જોઈ આંખોથી વાતચીત કરવા લાગ્યા. મેં અને રહુડિયા એ એક કાલ્પનીક ઘટના અમારા મિત્રોને સંભળાવી. અમે અમારા મિત્રોને કીધું કે *"અમારો ઝગડો થઈ ગયો હતો, સામસામે માથાફૂટ થઈ ગઈ હતી"* ત્યાં એક છોકરાએ કીધું *"સામે કેટલા જણા હતાં."* ત્યારે તો પીપીયા એ બોમ્બ ફોડ્યો *"સામે તો પચીસ જણા હતાં અને તે પણ હોકી અને પાઇપો સાથે અને અમારી પાસે કંઈ જ ન હતું. પછી અમે ઈ લોકને, ઈ લોકુ ના જ હથિયારથી જ ખુબ માર્યા"*

આ વાત હજુ અમોએ પુરી કરી નઇ કે થોડી વારમાં તો પ્રકાશની ગતિની જેમ આંખી કોલેજમાં ફેલાઈ ગઈ કે ત્રિપુટીએ માથાફૂટ કરી, ત્રિપુટી મારામારી કરીને આવ્યા. આ વાત ફેલાતા જ કોલેજમાં જાણે માન, મર્યાદા અને માભો વધી ગયો હોય એવું લાગતું. આ બધુ જોઈ મને સિંઘમ મુવીનો એક ડાયલોગ યાદ આવી ગયો **"યે કોલેજ મેરી ઓર મેં ઇસ કોલેજ કા જેકાંત શિખરે"** આપણને ખબર છે હર એક જેકાંત શિખરેની ઉપર એક સિંઘમ તો હોય જ ને, અમારો સિંઘમ હતો રમતગમતના અધ્યાયક જિતેન્દ્ર ખાણીયો. જેણે આ ઘટનાની સંપૂર્ણ માહિતી હતી. અમે ત્રણેય જિતેન્દ્ર સરની પાસે ગયા અને તેમને વિનંતી કરી આ ઘટના વિશે તમે કોઈને કહેતા નહીં.

મિત્રો તમને ખબર જ છે કે પી.ટી. ના શિક્ષક કોલેજમાં ડિસિપ્લિન રાખવાનું કામ કરે અને કોલેજનો ડિસિપ્લિન અમે ત્રણેય હર વખતે બગાડતા. બસ આ જ ઘટનાનો ફાયદો ઉપાડીને જિતેન્દ્ર સર એ અમને ત્રણેયને કીધું *"જો તમે આજ પછી કોઈપણ જાતની ઢીંગા મસ્તી કોલેજમાં કરી તો પછી બધી ઘટનાની જાણ હું તમારા પરિવારને અને મિત્રોને કરી દઈશ."*

જિતેન્દ્ર સરની આ ધમકી સાંભળતાજ જે મનમાં જેકાંત શિખરેની છાપ ઊભી થઈ હતી તે અચાનક રાજપાલ યાદવમાં પરિવર્તિત થઈ ગઈ. ત્યારબાદ અમે ત્રણેય અમારા ઘરે ગયા અને જે કારણ અમે વિચાર્યુ હતું તે અમે ત્રણેય એ પોતપોતાના ઘરે કીધું. ઘરના માનતા ન હતાં ત્યારે મેં મારા ઘરે કીધું કે એવું હોય તો જિતેન્દ્ર સર જોડે વાત કરાવી દવ. આવો આત્મવિશ્વાસ જોઈ ઘરના માની ગયા.

"ગમે તેવા ચિત્રને વિચિત્ર બનાવે એનું નામ મિત્ર"

5. પ્રવાસ

"દુનિયાની કોઈપણ જગ્યાએ ફરી આવો,

પરંતુ મિત્ર જોડે કરેલું પ્રવાસ સર્વશ્રેષ્ટ હોય."

બસ આ ઘટના પણ કંઈક એવી જ છે. પ્રવાસનું સાંભળતા જ તમને લાગ્યો હશે કે સુંદર દ્રશ્યો, મનમોહક વાતાવરણ બસ આ તમારો ભ્રમ છે, હું આજે તમારો ભ્રમ તોડીશ. મિત્ર જોડે કરેલા પ્રવાસમાં સંઘર્ષ, હાસ્ય, જીવનનો જોખમ એ જ પ્રાપ્ત થાય છે. પરંતુ આવે તેમાં મજા. આ ઘટના પણ કંઈક એવી જ છે.

એક દિવસ અચાનક થી પીપીયો આવીને બોલ્યો *"ભાઈ, આપણે ગિરનાર ચઢીએ."* આ વાત સાંભળતા જ મેં અંદાજો લગાવી લીધો હતો કે ભાઈ આજે ઇન્ટાગ્રામમાં કોઈ રીલ જોઈ હશે પર્વતોની એટલે જ ભાઈ ને ગિરનાર ચડવું છે. મેં પીપીયાને સમજાવ્યું કે *"ભાઈ, ગિરનાર ચઢવામાં હાલત ખરાબ થઈ જશે."* પીપીયો પોતાની વાતમાંથી ટસ થી મસ ન થયો. પીપીયો બોલ્યો *"ભાઈ ગીરનાર ચડવું છે મતલબ ગિરનાર ચડવું છે."*

મને લાગ્યો હવે પીપીયાને એક જ વ્યક્તિ સમજાવી શકશે તે છે રહુડિયો. તરત જ રહુડિયાને ફોન કરીને મે કિધું "તું હમણાં ને હમણાં આપણી ટપરી ઉપર આવ, આજે આપાતકાલીન સભા કરવાની છે." રહુડિયા એ કીધું "ઠીક છે હું બસ પાંચ મિનિટમાં પહોંચું." હું પીપીયાને લઈને અઠ્ઠા ઉપર પહોંચ્યો. થોડીક વારમાં રહુડિયો કૌશિક ઉર્ફે 'પનોતી' ને લઈને પહોંચ્યો.

રહુડિયો આવીને સીધો બોલ્યો "શું થયું?" તો મેં કીધું "શેઠને નવો શોખ જાગ્યો છે." રહુળીયો બોલ્યો "શેનો શોખ?" ત્યારે મેં કીધું "ગિરનાર ચઢવાનું." રહુડિયા એ પીપીયાને સમજાવ્યું કે "ભાઈ આપણે એના માટે તૈયારી કરવી પડે અને તું અચાનક થી બધું કેય છે, તો કેવી રીતે બધું ગોઠવીશું." પીપીયો બોલ્યો "એ બધું તમે મારા છોડી ધ્યો, મે બધી તૈયારી કરી નાખી છે. આપણે કાલે સવારે જુનાગઢ માટે નીકળવાનું છે અને તમારે આવવાનું જ છે."

ચોમાસુ હતું અને ગિરનાર ચોમાસામાં જ ચઢવાની મજા આવે. તો મેં કીધું "ઠીક છે તો આપણે પોતપોતાના ઘરેથી રજા લઈ લેશું." પીપીયો બોલ્યો "ઓકે તમે બધા કાલે સવારના સાત વાગ્યે, મારા ઘરે વળવીયાળા આવી જજો, આપણે ત્યાંથી નીકળીશું." આ વાતમાં બધા એ હામી ભરી. પીપીયા એ બધી જ જવાબદારી ઉઠાવી છે, એમ વિચારીને હું એકદમ મુક્ત થઈ ગયો. સવારના ઠીક પાંચ વાગ્યે હું ઉઠી ગયો, મે પનોતીને ફોન કર્યો. પનોતી છ વાગ્યે

મારા ઘરે આવી ગયો. અમે બંને પીપીયાના ઘરે જવા માટે નીકળી ગયા.

રસ્તામાં રહુડિયો પણ મળી ગયો. મે રહુડિયાને પૂછ્યુ *"તે પીપીયાને ફોન કર્યો?"* ત્યારે રહુડિયો બોલ્યો *"તે ફોન નથી ઉપાડતો."* રહુડિયો હું અને પનોતી અમે ત્રણેય પીપીયાના ઘરે પહોંચ્યા. ત્યા પહોંચીને અમે શું જોઈએ છે. રાજા તો હજી સુતા છે એને જોઈને મને બહુ જ ગુસ્સો આવ્યો. તેના મોઢા ઉપર પાણીનો ભરેલો ગ્લાસ નાખ્યો. તે એકદમથી ઉઠી ગયો અને ઉઠીને તે બોલે *"તમે અહીં શું કરો છો?"* ત્યારે में કીધું *"આ પ્રવાસ તે નક્કી કરેલું છે અને તારો જ કંઈ ઠેકાણું નથી. તો તું ઝડપથી ઉઠ અને તૈયાર થા, જવામાં મોડું થાય છે."*

અમે વળવીયાળાથી સાત વાગ્યે નીકળવાના હતાં તેની જગ્યાએ અમને નવ વાગી ગયા. પ્રવાસની શરૂઆત જ આવી થઈ છે તો હવે આગળ શું થશે? હું તો તેના જ વિચારમાં હતો. અમારી પાસે બે બાઈક હતી. એક તો હતી પીપીયાની 'બસંતી' અને બીજી બાઇક હતી પનોતીની 'ધન્નો'. પીપીયો અને રહુડિયો એક બાઈક પર હતાં અને બીજી બાઈક પર હું અને પનોતી . ધીમો - ધીમો મસ્ત વરસાદ ચાલી રહ્યો હતો. ગીરનું જંગલ જાણે લીલી ચાદર ઓઢીને બેઠું હોય, સ્વર્ગ માંથી જાણે ઠંડો પવન આવી રહ્યો હોય એવું લાગતું. હજી તો જામવાળા પહોંચવામાં ત્રણ

કિલોમીટર બાકી હતું. ત્યાં તો પનોતીની બાઈકમાં પંચર પડ્યું.

એક તો અમે મોડા હતાં અને ઉપરથી આ પંચર પડ્યું. મારા મગજનું માનસિક સંતુલન હલી ગયું. મેં ગુસ્સામાં રહુડિયાને કીધું *"હવે શું કરીશું?"* ત્યાં તે બોલ્યો *"એક કામ કર તું અમારી બાઈકમાં આવીજા, હમણાં ગામ આવી જશે. ત્યાં પંચર કરાવી લેશું."*

હવે હું, રહુડિયા અને પીપીયો અમે ત્રણેય એક બાઈક પર હતાં. બેચારો પનોતી તેની ગાડી ધીમે - ધીમે જામવાળા પોહચાડી. જામવાળા પોહચતા જ પંચર વાળાની દુકાન ગોતી. દુકાન મળી જતા પંચર કરાવ્યું ત્યારબાદ અમે ત્યાંથી નીકળ્યા.

જામવાળાથી અમે નીકળી ગયા હતાં. હવે ગાઢ જંગલ શરૂ થઈ ગયું હતું. મોબાઇલનું નેટવર્ક પણ ચાલ્યું ગયું હતું. વરસાદ ધીમો - ધીમો ચાલુ જ હતો. મોરના ટહુકાનો અવાજ આવી રહ્યો હતો. નાના નાના જીવજંતુ અવાજ સંભળાતો હતો, પક્ષીઓની ચહક સાંભળતી હતી. હું એવું વિચારતો હતો કે બસ આ સફર ચાલ્યા જ કરે. અમે તલાલા નાસ્તો કરવા માટે રોકાયા, નાસ્તો કરી થોડાક ફોટા પડયા અને પછી પાછ આ સુંદર સફર ઉપર ચઢી ગયા.

એવું લાગી રહ્યું હતું કે, હવે કોઈ મુશ્કેલી નહીં આવે. કેમ કે સફર એકદમ સરસ મજાનું ચાલી રહ્યો હતો. જુનાગઢ હવે બસ વિસેક કિલોમીટર બાકી હતું. પરંતુ હું ભૂલી જાઉં છું

કે મારી જોડે પનોતી પણ છે. ત્યાં તો પીપીયાની ગાડીનું પેટ્રોલ પૂરું થઈ ગયું. બસ હવે આ જ બાકી હતું. રસ્તામાંથી જતાં એક વ્યક્તિને અમને પૂછ્યું ત્યારે તેણે કીધું કે આગળ બે કિલોમીટર પર પેટ્રોલ પંપ છે.

પનોતીની બાઈક પર અમે ત્રણેય જણા બેસી ગયા. પીપીયો તેની જ ગાડી પર બેઠો. હું મારા પગથી પીપીયાની ગાડીને ધક્કો મારતો હતો. જેમ તેમ પેટ્રોલ પંપે અમે ગાડી પહોંચાડી. પેટ્રોલ પંપમાં પેટ્રોલ પુરાવી અમે જુનાગઢ માટે પાછા નીકળ્યા, અમે બપોરના બે વાગ્યે જુનાગઢ પહોંચ્યા.

પીપીયો બોલ્યો *"મેં બધું ગોઠવી નાખ્યું છે."* તો અમને એમ હતું કે હોટલ પીપીયાએ બુક કરાવી હશે. જુનાગઢ પહોંચીને પનોતી એ પીપીયાને પૂછ્યું *"ભાઈ કઈ હોટલમાં જવાનું છે? તું સરનામું આપ."* પીપીયો બોલ્યો *"ભાઈ હોટેલ તો મેં બુક નથી કરી. જુનાગઢ બહુ મોટું છે, કંઈક તો હોટલ મળી જશે."* આ વાત સાંભળીને હું મારો સંયમ ગુમાવી બેઠો. મે રહુડિયાને કીધું *"તુ પીપીયાને મારી આંખોની સામેથી દૂર કર, બાકી મારી કુંડળીમાં આજે એક ખૂન લખેલ છે."*

રહુડિયો બોલ્યો *"શાંત થાઓ બધા, આપણે પહેલાં હોટલ ગોતી લઈએ."* હવે અમે લોકો હોટલ ગોતવા માટે નીકળી પડ્યા. લગભગ ત્રીસ થી ચાલીસ મિનિટ લાગી હોટલ ગોતવામાં. બસ સ્ટેશન પાસે માંડ માંડ એક હોટલ મળી. અમે લોકો હોટલનાં રૂમમાં ગયા, ત્યાં બપોરના સાડા

ત્રણ વાગી ગયા હતાં. એટલે અમે લોકો એ જમવાનું રુમમાં જ મંગાવી લીધું. જમીને બધા ઊભા થયા ત્યાં ચાર વાગી ગયા હતાં. રહુડિયો બોલ્યો "આજે આપણે આરામ કરી લઈએ, કાલે આપણે લોકો સવારના ગિરનાર ચઢવા જઈશું." મેં કીધું "હા આ બરોબર છે, આટલી દૂર બાઈક લઈને આવ્યા એમાં પણ ક્યારેક પંચર પડે, તો ક્યારેક પેટ્રોલ પૂરું થઈ જાય, આમાં તો થાક લાગે જ ને."

પીપીયો બોલ્યો "એલા આપણે જોવાનીયા છે, આપણને થાક ના લાગવો જોઈએ. આપણને આજે જ અને અત્યારે ગિરનાર ચઢીશું." મેં કીધું "ભાઈ ચાર વાગી ગયા છે, આપણે ક્યારે ચઢી શું? અને ક્યારેય ઉતરીશું?" પીપીયો બોલ્યો "એક કલાક ચઢવામાં અને એક કલાક ઉતારવામાં લાગશે." હું રહુડિયાની તરફ જોઈને બોલ્યો "પીપીયાને કોઈક ચમનપ્રાસ ખવડાવી દીધી લાગે. આને તું સમજાવ, બાકી આપણે આજે ચાર ખભા ઉપર જઈશું."

રહુડિયો પીપીયાને સમજાવે અને પીપીયો સમજી જાય તો શું જોતું હતું. અમારા ત્રણેયની વચ્ચે બેચારો પનોતી ફસાઈ ગયો. પીપીયા એ અમને ત્રણેયને મિત્રતાના સમ આપી દીધા અને આ જ કારણેના લીધે અમને જબરજસ્તી હામી ભરવી પડી. મને ડર એ વાતનો હતો કે અમારી જોડે પનોતી છે અને બીજી બાજુ પીપીયાની નાંગાય. પાછા જીવતા આવશો કે નહીં આ વિચારથી જ મેં ઘરે ફોન કરી દિધો. મમ્મી એ મારો ફોન ઉપાડ્યો મેં કીધું

"મમ્મી અમે જૂનાગઢ પહોંચી ગયા છે, તમે રાત્રે જમીને સુઈ જજો." મમ્મી બોલ્યા *"વાહ, આજે માં ની આટલી યાદ કેમની આવી? પૈસા જોઈ છે?"* મેં કીધું *"નહિ માં ચાલો હું ફોન મૂકું છું"* એમ કહીને મેં ફોન કાપી નાખ્યો.

ગિરનાર ચઢવા માટે અમે લોકો નીકળી પડ્યા. મૃત્યુનો સામનો કરવા માટે હું તૈયાર હતો. અમારી સામે ગિરનાર પર્વત હતો. વરસાદ ધીમો-ધીમો ચાલુ હતો અને અમારા ચારેય જણામાંથી પીપીયો સૌથી વધારે ઉત્સાહમાં હતો. અમે ગિરનાર સાંજ પાંચ વાગ્યે ચઢવાનું શરૂ કર્યું. ગિરનારમાં કુલ નવ હજાર નવસો નવ્વાણું પગથિયા છે. શરૂઆતના સો પગથિયે કશો વાંધો ના આવ્યો, પરંતુ કોને ખબર કે મુશ્કેલીઓ અમારી રાહ જોઈને બેઠી હતી.

અમે લોકો જેમ તેમ હજાર પગથિયાં ચઢી ગયા, હવે હમારી હિંમત ધીરે ધીરે તૂટવા લાગી. પરંતુ પીપીયામાં તો હજુ ઉત્સાહ જોવા મળતો હતો. તે અમને હિંમત આપવાનું કામ કરતો હતો. અમે લોકો મરતા, થાકતા અને ધ્રુજાતાં અંબાજી સુધી પહોંચી ગયા. અમે લોકોએ અડધો ગિરનાર ચઢી ગયા હતાં. અંબાજી પહોંચીને જાણે અમને લોકોને સુકુન મળી ગયું હોય. લીલા પર્વતો, ઠંડો પવન અને રીમઝીમ રીમઝીમ વરસાદ. જાણે એવું લાગતું હતું કે રાજા ઇન્દ્ર હમણાં આવશે અને કહેશે કે સ્વાગત છે પુત્ર તમારું આ ઇન્દ્રના દરબારમાં.

ટપરી: ચા, સાથી અને સખાનો સંગમ

પીપીયાને મેં કીધું, *"હવે આપણે નીચે ઉતરી જઈએ મારા પગ દુખે છે."* પીપીયો તો જાણે ' **મેન વર્સીસ વાઇલ્ડ નો બીયર ગીલ્સ** ' બન્યો હોય. પીપીયો કહે *"ના, આજે આપણે ગિરનાર ચઢીશું એટલે ચઢીશું."* વાતાવરણ ધીમે ધીમે બગડવા લાગ્યું, અમે પણ ફરીથી ગિરનાર ચઢવાનુ શરૂ કર્યું. ધીમે ધીમે અંધારું થવા લાગ્યું. અમારી પાસે મોબાઇલની લાઈટ સિવાય બીજી કોઈપણ જાતની લાઈટ હતી નહીં. અમે લોકો જેમ-જેમ ઉપર ચઢતા હતાં, તેમ તેમ વરસાદ વિકાર સ્વરૂપે લઇ રહ્યો હતો. પવનની ગતિ પુરા જોરમાં હતી, અમે ચારેય ભગવાનના ભરોસે ગિરનાર ચઢી રહ્યા હતાં. ઠિક નવેક વાગ્યે અમે દતાંત્રે પહોંચ્યા.

દતાંત્રે પહોંચીને અમને અદભુત આનંદ પ્રાપ્ત થયો. એવું લાગી રહ્યું હતું કે જાણે અમે માઉન્ટે એવરેસ્ટ ચઢ્યા હોય. થોડીક વાર અમે દતાંત્રે બેસ્યા અને હવે ત્યાંથી નીચે ઉતરવાનું શરૂ કર્યું. ગિરનાર વરસાદમાં ચઢવા કરતા, ઉતરવામાં મુશ્કેલ પડે એ મને ત્યારે ખબર પડી. ઉતરવાના સમયે શરૂઆતમાં તો તકલીફ ના પડી, પછી જે વરસાદ ચાલુ થયો છે. જાણે આજે ગિરનારની ઉપર પુર આવી જશે. પવન અમને લોકોને નીચે સીધા ચલાવા ના દે. ગિરનારની ઉપર કોઈપણ જાતનો પ્રકાશ ન હતો. પ્રકાશના નામ પર માત્ર અમારી પાસે મોબાઇલ હતો.

હાલત ખરાબ થી બત્તર થવાની શરૂ થઈ ગઈ. અમને લોકોને હવે ગિરનારના પગથિયા દેખાવાના બંધ

થઈ ગયા. એક નાનકડી ભૂલ સીધા યમરાજના દર્શન કરાવી શકે. પીપીયો તો સૌથી વધારે ડરી ગયો. અમે લોકોએ એક સીધી લાઈનમાં ચાલવાનું નક્કી કર્યું. સૌથી આગળ હું, મારી પછવાડે પીપીયો અને તેની પાછળ રહુડિયોને પનોતી. હું મોબાઇલની લાઈટ લઇને આગળ ચાલુ અને તે લોકો મને પકડીને ધીમે ધીમે આગળ વધે. અમે લોકો ધીમે ધીમે નીચે ઉતરતા હતાં. ત્યાર તો વરસાદ પહેલાની કરતા વધી ગયો અને પવનની ગતિ જાણે અમને લોકોને પણ સાથે લઇ જશે. આસપાસ ઊંડી ખાઈઓ હતી. જો પગ લપસે તો સીધા ઉપર એમ પણ ઊંચાઈ પર તો હતાં અમે.

અમે ચારેય જણ એકબીજાના હાથ પકડી ગોળ ફરતા બેસી ગયા. પીપીયા એ રડવાનું ચાલુ કર્યું. પનોતી તો વરસાદના લીધે ધ્રૂજે. હવે અમને એમ કે બસ હવે મૃત્યુ નજીક છે. પીપીયો ડરતા અવાજમાં જોરથી બોલ્યો **"ભગવાન આજ પછી વર્ગખંડની બધી જ છોકરીઓ મારી બહેન"** પીપીયાને જોઈ રહુડિયો બોલ્યો **"પીપીયાની ગાડીમાંથી મેં પેટ્રોલ કઢ્યુ હતુ."** પનોતી બોલ્યો , **"આજ પછી આ લોકો જોડે હું કોઈ પણ જગ્યાએ નહીં જાવ"** હું બધાને પોતપોતાની હૃદયની વાત બોલતા જોઈને, હું પણ જોરથી બોલી પડ્યો "આજે જો હું જીવતો બચી ગયો, **તો હું નુર ને મારા હૃદયની વાત કહી દઈશ"** આ વાત સાંભળતા જ પીપીયો અને રહુડિયો બન્ને જોરથી બોલ્યા "તું નુર ને

પ્રેમ કરેશ?" માં કીધું *"પહેલા અહીંથી જીવતા ઘરે પહોંચવા તો ઘો, પછી તમારા પ્રશ્નનો જવાબ આપીશ."* પનોતી ને તો જાણે આઘાત લાગ્યો હોય તેમ એકદમ થી ચૂપ થઈ ગયો.

અમે લોકો લગભગ અડઘો કલાક ત્યાં ને ત્યાં જ બેસી રહ્યા. અમને ચારેય ને સ્વયં યમરાજજી દેખાય ગયા. મને લાગતું કે હમણાં યમરાજજી કહેશે, **"ચીત્રગુપ્ત આ ચાર પ્રાણીઓના પ્રાણ હરી લઈયે, આમ પણ આ ધરતી પર બોજ છે."** આશરે ચાલીસ થી પીસ્તાલી મીનીટ પછી વરસાદ ધીમો પડ્યો અને ફરી ધીમે ધીમે ઉતરવાનું શરૂ કર્યું. મરતા, પછડાતા, ધ્રૂજાતાં જેમ તેમ કરીને નીચે આવતા હતાં.

છેલ્લા દશ થી પંદર પગથિયા બાકી હતાં, ત્યાં મને જમીન દેખાવા લાગી. ધરતીને જોઈ મારી ખુશી એવી હતી **જાણે ન્યુટન ને ગ્રેવેટી, મોગલીને કપડા અને પી. કે. ને તેના સ્પેશીપનો રીમોટ મળી ગયો હોય**. ત્યારે જેટલી ખુશી આ લોકોને થઈ હશે તેનાથી દસ ગણી ખુશી મને થઈ. જેવું મારું પહેલું પગલું ધરતીને અડયું, ત્યારથી જ મે વિચારી લીધું કે આ રાક્ષસો જોડે હવે પછી એક પણ પ્રવાસ નહીં કરું.

અમે રાત્રિના ત્રણ વાગ્યે હોટલ એ પહોંચ્યા, અમે હોટલ પોહચતા જ સુઈ ગયા. બીજા દિવસે બપોરના બે વાગ્યે ઉઠ્યા, જુનાગઢમાં જમીને સીધા ઘરે જવા માટે નીકળી ગયા. રસ્તામાં રહુડિયો અને પીપીયો એક જ વાત

કરે કે તું નુર ને ક્યારે કહેવાનો છે કે તું એને પ્રેમ કરે છે. હું તેમને એક જ વાત કરું ભગવાનનો આભાર માનો જીવતા બચી ગયા.

"પ્રવાસના બહાને, યમરાજના દર્શન કરાવે
એનું નામ મિત્ર"

6. પ્રેમ પ્રસ્તાવ

"પ્રેમ કરવો મુશ્કેલ નથી,
પરંતુ પ્રેમનો પ્રસ્તાવ મુકવું મુશ્કેલ છે."

પ્રવાસ પછી અમે લોકો પાછા કોલેજ જવાનું ચાલુ કર્યું. રાહુડિયો અને પીપીયાનુ એક જ પ્રશ્ન હતો. *"તું નુરને ક્યારે કહેવાનો છે, કે તુ એને પ્રેમ કરે છે."* હુ તેમને એક જ જવાબ આપતો *"સમય આવશે ત્યારે, તેને હું કહી દઈશ."* આમ ને આમ થોડાક દિવસો વીતી ગયા.

'નુર' નામ જેવું છે, તેવુ જ તેનું રૂપ છે. જ્યારે પણ હું નુર ને જોતો ત્યારે મને 'મહેન્દ્ર કપુર' ના ગીત ની એક લાઈન યાદ આવી જતી.

"મેને ખ્વાબો મે બરસો તરાસા ઝુસે,
તુમ વહી સંગે મરમર કી તસ્વીર હો."

નુર ને આખો દિવસ બસ પુસ્તકો જ વાંચવા ગમતા. કોઈના જોડે વાત ન કરવી, પોતાની દુનિયામાં રહેવું તેને ગમતું. હું તેની જોડે જ્યારે પણ વાત કરવા જાવ, ત્યારે તે એકદમ માપી તોલીને વાત કરે. મારે તેને કહેવું કઈંક બીજું હોઈ, પરંતુ તેને જોઈને હું કઈંક બીજું કહીને આવતો. જ્યારે પર હું નુરને દેખું ત્યારે બધુ જ હું ભૂલી જતો.

**"જબ જબ આપસે કુછ કેહને કા ખ્યાલ આયા હૈ,
પહેલે બડે જતન સે મૈંને અલ્ફાઝ઼ો કો સજાયા હૈ."**

એક દિવસ પીપીયો અચાનક થી આવીને બોલ્યો, "ભાઈ નુર નો નંબર મળી ગયો છે. તું એને ફ઼ોન કરીને બધું કહી દે." મે કિધુ "તું ક્યા થી નંબર લાવ્યો?" પીપીયો બોલ્યો, "તું આમ ખા ગોઠળિયો ના ગણ" મે કિધુ "પાકું હવે આપણે મર્યા."

મે પીપીયા પાસે થી નંબર લીધો. તે નંબર ઉપર ફ઼ોન કર્યો. મને અપેક્ષા હતી, સામે થી મધુર અવાજ આવશે. પરંતુ સામેથી તો કોઈ વ્યક્તિનો અવાજ આવ્યો. મે કિધુ "કોણ?" તેણે કિધુ "હું કિરણ કારીયાણા સ્ટોરથી બોલું છું." મારી હાલત ખરાબ થઈ ગઈ. મે ડરતા અવાજમાં કિધુ "ચોખ્ખાનો શું ભાવ છે?" તે જવાબ આપે એ પેલા મે કોલ કાપી નાખ્યો. મે પીપીયાને કિધું "તું કોઈ દિવસ મને મારી નાખીશ." પીપીયો બોલ્યો "મને નથી ખબર કે આ નંબર નુરના પપ્પાનો છે." મે કીધુ "તું રેવા દે, હું મારી રીતે બધું કરીશ. મને કોઈની પણ મદદની જરૂરત નથી. હવે ચાલો, કૉલેજનો સમય થઈ ગયો છે." અમે ત્રણેય કૉલેજ એ ગયા અને વિનાબેનના લેક્ચરમાં બેસી ગયા.

વિનાબેન આવી અને કહે છે, આસામમાં એક કેમ્પનું આયોજન કરવામાં આવ્યું છે. જે પણ વિદ્યાર્થીને ભાગ લેવો હોય તેમને નામ નોંધાવી દેવા. આવતા શનિવારે એક

શારીરિક ટેસ્ટ લેવાશે, જે પણ વિદ્યાર્થી તે ટેસ્ટમાં પાસ થશે. તેને આસામનાં કેમ્પમાં લઇ જવામાં આવશે. વિનાબેન એ નુર ને કીધુ *"બેટા તારે તો આવાનું જ છે. તું આ ટેસ્ટમાં પાસ થઈ જઈશ એ મને ખબર છે."* નુર એ આત્મવિશ્વાસ સાથે કિધુ, *"હા મેડમ હું આ માટે સારી મહેનત કરીશ"*

આ બધી વાત સાંભળી, હું પણ આ કેમ્પમાં જવા માટે તૈયારી કરવા લાગ્યો. ટેસ્ટનો દિવસ આવ્યો ટેસ્ટ ચાલુ થઈ અને મે સારી રીતે ટેસ્ટ આપ્યો. મારી જોડે રહુડિયા અને પીપીયા એ પણ ટેસ્ટ આપ્યો. સોમવારે પરીણામનો દિવસ હતો. કુલ છ વિદ્યાર્થીઓની પસંદગી કરવાની હતી.

પરીણામના દિવસે બધા ભેગા થયા. વિનાબેન એ એક પછી એક નું નામ બોલવાનું ચાલુ કર્યું. નુર, નીકીતા ભુમિકા, પ્રેમ, મોનીકા અને કબીર. જેવું મારું નામ વિનાબેન બોલ્યા, બધા મારી તરફ જોવા માંડ્યા. આ કેવી રીતે પસંદગીમાં આવ્યો. કેહવાય છે ને કે 'હાર કે જિતને વાલે કો બાજીગર કહેતે હે.'

પંદર દિવસનું આ કેમ્પ હતો. આ સાંભળીને પીપીયો અને રહુડિયા એ તો ખોટું રડહાસ્ય ચાલુ કર્યું. તે બંને મને કહે *"તારા વગર આ પંદર દિવસ કેમ નીકળશે?"* મે કીધુ *"ભાઈ શાંત થા, નુર માટે મારે જવું પડશે."* તે બંને ચૂપ થાય અને તે મને કહે *"નુરને તું તારા હદયની વાત કરી દેજે."* મેં કીધું *"તમે પ્રાર્થના કરજો કે તે હા પાડે."*

ટપરી: ચા, સાથી અને સખાનો સંગમ

આસામના કેમ્પનો મુખ્ય હેતુ એ હતો કે દેશના ખૂણે ખૂણેથી પસંદગી પહેલા વિદ્યાર્થીઓને ભેગા કરી. દેશની સંસ્કૃતિ અને વારસાનો પરિચય માટે આ કેમ્પનું આયોજન કર્યું હતું. દીવ અને ગુજરાતની બે ટીમને ભેગા કરી, એક ટીમ બનાવી. તે ટીમના **પ્રાધ્યાપક** તરીકે વિનાબેનને નિયુક્ત કર્યા. ગુજરાતની ટીમમાં પણ કુલ છ વિદ્યાર્થીને પસંદ કર્યા, વિનાબેન અને તેમના બાર વિદ્યાર્થીઓ કેમ્પમાં જવા માટે તૈયાર હતાં.

હું તો બસ નુર ને જ જોયા કરતો, બધા ને ખબર પડી ગઈ. પરંતુ નુર ને જ ખબર ન પડતી, કદાચ એ જાણ અજાણ બનતી હશે. અમદાવાદ થી અમારી ટ્રેન હતી. બધા વિદ્યાર્થીઓ અમદાવાદ ભેગા થયા, વિનાબેન અને બીજા બાર વિદ્યાર્થીઓ અમદાવાદ રેલવે સ્ટેશન પર ટ્રેનની રાહ જોતા હતાં. ઠીક અગિયાર વાગ્યે ટ્રેન આવી ગઈ. બધા ટ્રેનની અંદર ચડ્યા, વિનાબેન બધાને બોલાવીને થોડી સૂચનાઓ આપી પણ મને સુચના સંભળાવવા કરતા, નુર ને જોવામાં વધારે મજા આવતી.

વિનાબેન કટાક્ષમાં બોલ્યા *"બેટા, કબીર થોડુંક ધ્યાન આયા પણ આપી દે."* બધા મારી સામે હસવા લાગ્યા, ત્યારે મેં જોયું નુર પણ હસવા લાગી. તેને હસતી જોઈને જાણે મને સ્વર્ગ મળી ગયું હોય. વિનાબેનની સૂચના બાદ અમે અમારી સીટ પર બેસી ગયા. થોડી વારમાં ટ્રેન ચાલુ થઈ અને અમદાવાદની હદ વટાવી ચૂકી હતી.

નુરની સામેની સીટ ગુજરાતની ટીમનો એક સભ્ય પથિક બેઠો હતો. મારી જગ્યા ત્યાં હોય તો મજા આવી જાત એવું મને લાગતું. પથિક, એકલો અને શાંત રહેવા વાળો છોકરો હતો. તેને જોઈને મને લાગતું કે તે તેની જગ્યા મને આપશે જ નહીં, પણ કદાચ મને ઓળખવામાં ભૂલ હતી. પેલું અંગ્રેજીમાં કહે છે કે *"બ્રૉ-કૉડ"* ની બાબતને ખૂબ નજીક થી જાણતો હતો. મારી નુરને જોવાની આતુરતા અને હાવભાવથી પથિકના મનમાં પ્રશ્ન ઊભા કરતા. પથિક એ આવીને મને કીધું *"ભાઈ મને મારી સીટ પર થોડું અવ્યવસ્થિત લાગે છે, શું આપણે સીટ બદલી શકીએ?"* મને તો જાણી *"સોને પે સુહાગા"* જેવી વાત થઈ ગઈ. મે તરત જ હા કીધી અને અમે બંનેએ સીટ વિનાબેનને જાણ કરી સીટ બદલી લીધી. પછી તો મારી અને પથિકની જે બ્રૉ-કૉડ વાળી દોસ્તી થઈ જબરજસ્ત થઈ. મે પથિકને સંપૂર્ણ વાત સમજાવીને નુર પ્રત્યેની લાગણીઓ જતાવી.

અમે બંનેનો સામાન આમતેમ કર્યા પછી નુરની સીટ પર બેઠા. હવે ટ્રેનના કમ્પાઉન્ડમાં છ સીટ હોય તેના ઉપર ટપ્પા, સામે અંજલિ, વચ્ચે ભૂમિકા અને સામે નિકિતા, નીચે હવે હું અને સામે નુર હતાં. સામેની સાઈડની સીટો પર, ઉપરની સીટ પર પથિક અને નીચેની સીટ પર પ્રેમ હતાં તથા બાજુના કમ્પાઉન્ડમાં ટીમના બાકીના સભ્યો હતાં. મેં નુર પાસે જઈને કીધું, *"તમારી પાસે પાણી છે?"* નુર એ કહ્યું *"હા છે ને"* અમે પાણી લઇ પાછ પથિકની સીટ ઉપર

આવી ગયા. હવે હું અને પથિક સારા એવા મિત્ર બની ગયા હતાં. આ પાંચ દિવસની મુસાફરી હતી અને આમ ને આમ દિવસો વિતતા ગયા.

હું પણ નુરની સામેની સીટ પર હતો એટલે અમારી વાતો પણ બમણી થઈ અને એકબીજાને ખૂબ સારી રીતે ઓળખવા લાગ્યા. ક્યારેક આખી ટીમ આવીને અમારી સાથે બેસીને હસી મજાક કરતાં કરતાં ક્યારે એક સમયે એકબીજાથી એકદમ અજાણ વ્યક્તિઓ એકબીજા સાથે આટલા ભળી ગયા કે જાણી વર્ષો પછી જૂના દોસ્તોની ફરી મુલાકાત થઈ હોય. સફરની મજા હવે બમણી થવા લાગી હતી. પથિકિયાની જેમ સાથે સાથે ટપ્પા પણ સારી મિત્ર બની ગઈ, અને તેની નુર સાથે સારી એવી મિત્રતા થઈ ગઈ હતી. ટપ્પાનું નામ શિતલ હતું. શીતળનો અર્થ થાય ઠંડુ, પરંતુ તે તેના નામ થી એકદમ ઉલ્ટી હતી. ટપ્પા એ ખુબજ સરળ અને સીધું મોઢા ઉપર બોલવા વાળી છોકરી હતી.

નુર હવે મારી જોડે સમય વીતાવવા લાગી. નાની નાની બાબતો પર તે મારી જોડે વાત કરવા લાગી અને હું પણ દરેક બાબતમાં નુર ને વાતમાં લાવતો. એક બાજુ મને પણ અંદાજો આવી ગયો હતો કે નુર પણ ક્યાંક મારા પ્રત્યે પ્રેમની લાગણી ધરાવે છે. ટપ્પા એ મને નુર થી ચીડવવાનું ચાલુ કરી દીધું હતું.

વિતતા દિવસો સાથે ત્રીજા દિવસે રાત્રે ટ્રેન એક અજાણી જગ્યાએ ઊભી રહી જાય છે, કેમ કે આગળનું રેલ્વેનું કામ ચાલુ હોવાથી ટ્રેન રોકી દેવામાં આવી હતી. રાત્રે સુવા માટે વિનાબેન મને બાજુવાળા કમ્પાઉન્ડમાં બોલાવી લે છે, કેમ કે ત્યાં દરેક કમ્પાઉન્ડમાં બે છોકરા અને ચાર છોકરીઓ પ્રમાણે સુરક્ષાની બાબતે આ કદમ વિનાબેન લે છે. ત્યાં અજાણ્યા બે શખ્સો અમારા ટ્રેનના ડબ્બામાં આવ્યા અને ટ્રેન ધીમે ધીમે ચાલુ થઈ ચૂકી હતી. મને શંકા થઈ મે પથિક અને પ્રેમને વાત કરી. રાત્રીના અગીયાર વાગ્યા હતાં, બધા સૂઈ ગયા હતાં. માત્ર તે બે શખ્સ અને અમે ત્રણેય તો ઊંઘવાના ઢોંગ સાથે સાલમાં લપેટાઈને ફોનમાં મેસેજ કરતાં ચોર આંખે જાગી રહ્યા હતાં. બંને શખ્સો ડબ્બામાં આમતેમ આટા મારવા લાગે છે, અમે ક્યારના આ બધી બાબતો મેસેજથી એકબીજાને જાણ કરતાં હતાં.

પથિક મગજનો બહુ તેજ અને હોશિયાર હતો. બીજી તરફ પ્રેમ એ થોડો ભોળો હતો. પથિક એ કીધું, આપણે રેલવેના સ્ટાફને આની જાણ કરી દઈએ, કેમ કે તેમની પાસે હથિયાર પણ હોઈ શકે. ત્યારે પ્રેમ રેલવેની ઓનલાઈન પોર્ટલ પર ફરિયાદ દાખલ કરે છે. ત્યાં મારી નજર પડી કે તે શખ્સમાંનો એક નુરની સીટ પાસે જઈને તેના સામાનમાં કંઈક કરી રહ્યો હતો. જ્યારે બીજો દરવાજા પર નજર રાખીને ઊભો હતો.

ટપરીઃ ચા, સાથી અને સખાનો સંગમ

આ જોઈને ખબર નહિ, મારી અંદર આટલી હિંમત ક્યાંથી આવી. મેં ગુસ્સામાં પથિકને કીધું *"આ લોકોને હવે હું , એમ ને એમ જવા નઈ' દવ."* પથિક બોલ્યો *"શાંત થા કબીર, આપણે દિમાગથી કામ લેવાનું છે."* એમ કહી પથિક મને શાંત રાખવાનું પ્રયત્ન કરે છે. પરંતુ નુરના સામાન સાથે આવી હરકતો થતાં જોઈને મારુ દિમાગ કામ કરવાનું બંધ થઈ ગયું હતું. મેં સાલ બાજુમાં ફેંકી દોડીને તે પહેલા વ્યક્તિને પકડી, નીચે ડબ્બાના તળિયા સાથે પાડી દીધો. હવે તેનો બીજો સાથી મારી તરફ ચાકુ લઈને દોડ્યો અને મારી પાસે પહોંચવાનો જ હતો કે ત્યાં તો પથિક અને પ્રેમ તેને પકડી ને તળિયાભેર કરી દે છે. બંને શખ્સોને ડબ્બાના તળિયા પર ઉંધા પાડી દીધા હતાં. પ્રેમ વિનાબેન ને જગાવે છે અને સંપૂર્ણ ઘટના સમજાવે છે. થોડીક જ વારમાં ગાડી તેના હોર્ન સાથે ધીમી પડે છે.

ગાડી રેલ્વે સ્ટેશન પાસે આવતા ચાર રેલવે પોલીસવાળા અમારા ડબ્બામાં આવે છે. ત્યાં બાકીના ટીમના સભ્યો જાગી જાય છે અને આવાજ થતાં બાકી ડબ્બામાં રહેલા મુસાફરો પણ જાગી જાય છે. એ જ સમયે રેલવે સુરક્ષાના મોટા અધિકારી આવે છે. વિનાબેન, પેલા બે અજાણ્યા વ્યક્તિઓ અને પોલીસ અધિકારી સાથે અમે પ્લેટફોર્મ પર ઉતરી અને રેલવે પોલીસ ઓફિસમાં જઈને અધિકારી તેમની કાર્યવાહી પૂરી કરે છે અને અમારા સંપર્ક નંબર, સરનામું નોંધાવે છે. પોલીસ અધિકારી અમને

ત્રણેયને શાબાસી આપે છે. કાર્યવાહી પૂરી થતાં ટ્રેન પાછી પોતાના સમય પર રવાના કરવાંના આદેશ સાથે અમને અને વિનાબેનને ટ્રેનમાં ચડવા વિનંતી કરે છે.

ટ્રેન પોતાની મંજિલ તરફ રવાના થાય છે. ટ્રેનની અંદર જતા જ વિનાબેન અમારા ત્રણેય ઉપર ગુસ્સો કરે છે અને કહે છે "તમને હીરો બનવાનો કોણે કહ્યું હતું?" હું જવાબ આપુ એ પહેલા મારા ડાબા હાથમાં નીકળતા લોહી જોઈ નુર ચોંકી જાય છે અને પથિકના શર્ટમાં પણ લોહીના ધાબા હતાં. જ્યારે પથિક એ પોતાનો શર્ટ ઉતાર્યો ત્યારે ખબર પડી કે પેલા વ્યક્તિની છરી પથિકને અડી ગઈ હતી. મને ટ્રેનની સીટનું બહાર નીકળેલું લોખંડના પતરાંનો ભાગ વાગ્યો હતો. વિનાબેન જલ્દી થી ફસ્ટ એડ બોક્સ મંગાવી અમને લગાડતા વિનાબેન સમજાવે છે. આ બધું પત્યા પછી ફરી બધા સુવા લાગે છે. ત્યારે વિનાબેન બાજુના કમ્પાઉન્ડમાં જાય છે પ્રેમ પણ તેમની જોડે જતો રહે છે. હું અને પથિક સાઈડ સીટ પર બેઠા બેઠા એકબીજાને હાસ્યત્મક તાના મારતા હોય છે.

પથિક કહેતો કે *"તારા પ્રેમના ચક્કરમાં કોઈક દિવસ મારો મરવાનો વારો આવશે. શું ઉતાવળ હતી એને જલદી પકડવાની? સ્ટેશન તો આવી જતું ને, પછી પોલીસવાળા એમને પકડી લેતાં."* ત્યારે નુર પથિકને પૂછે છે *"શું કહો છો પથિકભાઈ?"* ત્યારે પથિક કહે છે *"બહેન, તારા સામાન ચોરી કરવાની કોશિશ કરતાં હતાં એ, તો*

કબીર તો હીરો બનીને કૂદી પડ્યો, આગમાં અને સાથે અમને પણ લેતો ગયો." આ સાંભળતા નુરની આંખોમાં તો જાણે જ્વાળામુખી ફાટ્યું હોય. નુર બોલી *"તારે હીરો બનવાની શું જરૂર હતી? તને કંઈ થઈ ગયું હોત તો."* આ સાંભળીને હું થોડો શરમાઈ ગયો. આ જોઈ પથિક બોલ્યો *"ચલો લેલા અને મજનું નુ નાટક બંધ કરો અને સુવા પડો."* આ સાંભળતા બધા હસવા લાગ્યા.

હવે બધા પોતપોતાની સીટ પર સુવા જાય છે. હું નુરની વાતો યાદ કરી સુઈ જાવ છું. ત્યાં સવાર પડતા જ અમારી મંજિલ આવી જાય છે. આસામના અંદર પહોંચી ગયા. ત્યાં પહોંચતા જ કેમ્પના સંચાલક રવિભાઈ અને તેમની સંચાલન કરતી ટીમ દ્વારા અમારુ સ્વાગત કરવામાં આવ્યું. બીજા જ દિવસ થી કેમ્પ ચાલુ કરવામાં આવ્યું, જેમાં વિવિધ ટીમો દ્વારા નૃત્ય અને તેમના પ્રાંતની માહિતી પ્રસ્તુત કરવામાં આવી. આમ ધીમે ધીમે કેમ્પ આગળ વધ્યો. જુદી જુદી પ્રવુતિ કર્યા બાદ, છ દિવસ કેમ વીતી ગયા કાંઈ ખબર ન પડી.

પથિક એ વિનાબેનને કહ્યું, *"મેડમ આપણે કાલે નીકળવાના છે. તો આજના દિવસે અમે બાજુનું બજાર જોવા જઈએ?"* વિનાબેન કહે *"સારુ વાંધો નહીં, પણ એક વાતનું ધ્યાન રાખજો સમયથી પાછા આવી જજો."* અમે તૈયાર થઈ અને ફરવા માટે નીકળી પડ્યા. બધા પોત પોતાના પરિવારજનો માટે ભેટ લઈ રહ્યા હતાં. ત્યારે નુર બોલી

"મારે આઈસ્ક્રીમ ખાવી છે." મેં કીધું "નહીં, વાતાવરણ ઠંડુ છે, તું બીમાર પડી જઈશ." ત્યારે નુર એ પથિકને કહ્યું, "ભાઈ, તમારી બહેનને આઈસ્ક્રીમ નહીં ખવડાવશો?" પથિક ભાઈ પીગળી ગયા.

પથિક કબીરને તાનો મારતા બોલ્યો "હા, કેમ નહીં બહેન, હવે કોઈક જવાબદારી નહીં નિભાવે તો હું છેલ્લે ભાઈ એટલે મારે તો તારો ખ્યાલ રાખવો જ પડશે." બાકીની ટીમને કેમ્પ તરફ જવાનું કહ્યું. હું નુર માટે આઈસ્ક્રીમ શોધવા નીકળ્યા. હું, નુર, પથિક અને ટપ્પા અમે ચારે ત્યાં રોકાઈ ગયા. નુર અને ટપ્પા એ આઇસ્ક્રીમ ખાધી અને કેમ્પ તરફ વળ્યા.

પથિકને મેં પૂછ્યું "ભાઈ, નુર મને પ્રેમ કરે છે?" ત્યારે પથિક કહે છે "તું એને કંઈક ભેટ સાથે એને પ્રેમ પ્રસ્તાવ મુક, જો હા પાડશે તો જીંદગી પાટે પડશે અને જો ના પાડે તો એની ચપ્પલને તારો ગાલ" કહેતાં પથિક હસવા લાગે છે. પછી તે મને સમજાવતા કહે છે કે "સાચું કહું તો તું પ્રસ્તાવ તો મૂક, મને લાગે છે નુર તને હા જ પડશે."

હવે, પાછા અમે આસામથી ઘરે માટે નીકળ્યા. અમારી ટ્રેન દિલ્હી સુધીની હતી અને દિલ્હીથી બીજી ટ્રેન અમદાવાદ સુધીની હતી. ગુવાહાટી રેલવે સ્ટેશનથી અમે ટ્રેનમાં ચડ્યા. અમારી ટ્રેન સાત વાગ્યે હતી. રાત્રે હું પથિક પાસે ગયો અને પૂછ્યું "ભાઈ, શું ભેટ આપું?" પથિક કહે

"એક કામ કર સવારમાં જ્યારે નુર ઊઠે, એ પહેલા કંઈક આપી દેજે."

મે આખી રાત્રે વિચાર કર્યો. સવારે છ વાગ્યે એક સ્ટેશન આવ્યું. ત્યાં મેગી મળતી હતી. ત્યાંથી મેગી લઈ નુરની સીટ પાસે ગયો અને કીધું *"ગુડ મોર્નિંગ નુર"* આ બધું પથિક જોઈને હસતો હતો અને વિચારતો હશે કે *"સાલાને કૈક વસ્તુ લઈ જવા કીધું હતું અને તે મેગી લઈને જાય છે."* નૂરે ધીમેથી આંખો ખોલી. મે કીધુ *"આલ્યો, તમારા માટે લાવ્યો છુ."* નુર એ કીધું *"શું છે?"* મેં કીધું *"મેગી"* નુર સ્મીત સાથે બોલી *"કોઈ છોકરીને આવી ભેટ અપાય?"* ત્યાં ટપ્પા જાગી ગઈ. આ દ્રશ્ય જોઈને મરક હાસ્ય સાથે કહે છે કે *"કબીર એમ કહેવા માંગે છે કે મેગી જેમ જીંદગીભર બે મિનિટમાં તૈયાર થઈ જવા માટે તને રાજી કરે છે."* ત્યારે નુર શરમાય જાય છે અને ફ્રેશ થવાના બહાને જતી રહે છે.

હું સીધો તેની સીટ પરથી મારી સીટની ઉપર આવી ગયો. ત્યારે પથિક બોલ્યો *"અલ્યા ટોપા, છોકરીને મેગી કોણ આપે? એક કામ કર હમણાં દિલ્હી આવશે, ત્યારે તું એને સારી એવી ભેંટ આપી દેજે."* હું દિલ્હી આવવાની રાહ જોવા લાગ્યો. બપોરના બે વાગ્યે દિલ્હી આવ્યું. અમારી દિલ્હીથી બીજી ટ્રેન સાંજે છ વાગ્યે હતી. દિલ્હી આવતા અમે લોકોએ વિનાબેનને કીધું *"અમે જામા મસ્જિદ જોવા જઈએ?"* વિનાબેન એ કહ્યું *"ઠીક છે પણ સમયસર આવી જજો."* વિનાબેન એ ચાર-ચાર લોકોની ટુકડી બનાવી દીધી.

નુર ઝડપથી દોડીને મારી પાસે ઉભી ગઈ. હવે નુર, હું, ટપ્પા અને પ્રેમ દિલ્હી ફરવા માટે નીકળ્યા, પથિક વિનાબેન સાથે સામાનની દેખરેખ માટે સ્ટેશન પર જ હતાં. સૌથી પહેલા અમે જમવા માટે ગયા. ત્યાં અમે લોકો એ પીઝ્ઝા ખાધા, મે મારા જીવનમાં આવા બેકાર પીઝ્ઝા ક્યારેય ન ખાધા હતાં. પરંતુ નુર ને પીઝ્ઝા પસંદ હતાં, એટલે મારે પણ હસતા મોઢે ખાવા પડ્યા. પ્રેમ અને ટપ્પા મારુ મોઢું જોઈ હસતાં હતાં.

જમીને પછી હું અને નુર મારા ઘર માટે ખરીદી કરવા નીકળ્યા. બધાને એવું આભાસ થાય કે પતિ અને પત્ની પોતાના ઘરની ખરીદી કરવા માટે નીકળ્યા હોય. ટપ્પા અને પ્રેમ પણ અમારી પાછળ પાછળ બજારમાં આંટા મારતાં મારતાં આવતા હતાં. નુર બધી જગ્યાએ ભાવ કરાવે અને હું પાછળ સામાન લઈને ઊભો રહું. ત્યાં તો વરસાદ ચાલુ થઈ ગયો. નુર અને હું વરસાદ થી બચીને એક જગ્યાએ ઊભા રહ્યાં. ત્યાં તે પોતાના દુપટ્ટા થી મારું મોઢું સાફ કરે, હાય મન થતું હતું કે બસ સમયને હું અહિયાં જ રોકી લવ. સમયથી મને યાદ આવ્યું તેને હું ઘડિયાળ ભેટમાં આપું તો. પછી મે ટપ્પા જોડે નુરને છોડી હું અને પ્રેમ નુરના માટે ઘડિયાળ ખરીદવા નીકળ્યા. એક દુકાન પર ગયા અને મસ્ત સારી ઘડિયાળ ખરીદી. બીજી બાજુ ટપ્પા અને નુર પણ કોક ઘડિયાળની દુકાનેથી નૂરે મારા માટે ઘડિયાળ ખરીદી. જ્યારે અમે ચાર ફરી ભેગા થયા તો મે

નુરને ઘડિયાળ ભેટમાં આપી ત્યારે તેણે પણ મને ઘડિયાળ જ ભેટ આપી.

મે પૂછ્યું *"કેમ તે પણ ઘડિયાળ આપી?"* ત્યારે તેને સ્મિત સાથે *કીધું "આપણે સાથે રહીએ કે ન રહીએ પરંતુ આ ઘડિયાળ તને મારી હંમેશા યાદ અપાવશે."* આ સાંભળતા જ મેં મારી બધી જ લાગણીઓ ભેગી કરી આંખો બંધ કરી ને કહી દીધું **"નુર, હું તને પ્રેમ કરું છું."** નુર કહે *"ઠીક છે, હું તને આનો જવાબ આપણા કૉલેજના પરિણામના દિવસે આપીશ, જો તું પાસ થયો તો."* મેં કીધું *"તું અત્યારે જ જવાબ આપી દે ને ? મારા થી આટલો લાંબી રાહ નહીં જોવાય."* ત્યારે નુર બોલી *"કબીર એમાં એમ છે કે મને અત્યારે જવાબ આપવાનું યોગ્ય નથી લાગતું."* આટલું કહેતાં તે અટકી જાય છે. મને ક્યાંકને ક્યાંક એના ચહેરા પરથી એની હા-ના માં મને એની ખરેખરની હા દેખાતી હતી. છતાં હું આ બધું છોડી ત્યાંથી જતો રહ્યો.

પ્રેમ અને હું આગળ ચાલતાં હતાં અને નુર અને ટપ્પા પાછળ આવતાં હતાં. ટપ્પાએ નુરને પૂછ્યું, તે કેમ જવાબ કેમ ન આપ્યો. નુર બોલી *"જો આને અત્યારે જવાબ આપી દીધો હોત ને, તો આ ભણવામાં ધ્યાન ન આપતો, ફરી કૉલેજ જઈને એના દોસ્તો જોડે ગપ્પાં અને રખડવામાં લાગી જતો, એટલે મેં એને પરિણામના દિવસનું કીધું."* અને આ બાબત મને ટપ્પાએ મને પરિણામ પછી કીધી.

અમે સ્ટેશન પર પહોંચ્યા અને હું પથિક પાસે ગયો અને તેને મે બધુ કહીં દિધું. ત્યારે પથિક એ કીધું, *"ગાંડા, પ્રેમ છે જ એવી વસ્તુ મળ્યો તો પણ દુ:ખ અને ન મળ્યો તો સૌથી વધુ દુ:ખ. હવે તું તારી પરીક્ષા પર ધ્યાન આપજે, બાકી તારા બાપાનો હાથ અને તારો ગાલ અને ગયો તારો પ્યાર."* દિલ્હી થી ટ્રેનમાં ચડ્યા અને બીજા દિવસે સાંજે પાંચેક વાગ્યે અમે અમદાવાદ ઉતર્યા. ગુજરાતની ટીમ ત્યાંથી છૂટી પડી અને એક મારો પરમ મિત્ર ત્યાંથી પોતાના વતન ગયો. બીજા દિવસે અમે સવારે ઘરે પહોંચી.

ઘરે પહોંચતા જ મે મારી દિનચર્યા બદલી અને દરરોજના ત્રણ કલાક વાંચવા માટે કાઢ્યા. હવે, વાંચવા માટે એક મોટીવેશન હતું. ધૂળ પડેલી પુસ્તકોને ખોલી વાંચવાનું ચાલુ કર્યું પણ આદત વાંચવા દેતી નથી. દર પાંચ મિનિટ પર ફોન દેખાય અને કોઈંક ના મેસેજની રાહ જોવાય. પણ મેસેજ આવવાના કોઈ એંધાણ દેખાતાં ન હતાં.

"પ્રેમ, મનુષ્ય થી બધું કરાવી શકે છે,
રાક્ષસ માંથી મનુષ્ય અને મનુષ્ય માંથી રાક્ષસ
બનાવી શકે છે ."

7. ગ્રુપ સ્ટડી

આસામનો પ્રવાસ પૂર્ણ કરી, હું કોલેજમાં એક અલગ અંદાજ સાથે ગયો. રહુડિયો અને પીપીયો મને કોલેજમાં મળ્યા. મે એ લોકોને કીધું "પરીક્ષા નજીક છે, હવે આપણે પણ તૈયારી કરવાનું ચાલુ કરી દેવું જોઈએ." પીપીયો બોલ્યો "ભાઈ, આજે સુરજ કઈ દિશા માંથી ઉગ્યો છે? તુ અને પરીક્ષાની તૈયારી? આ વાત હજમ નથી થતી."

મેં કીધું "ભાઈ નુર એ કીધું છે, જો હું પરીક્ષામાં પાસ થયો. ત્યારે મને તે જવાબ આપશે." ત્યારે પીપીયો કહે "ઠીક, હવે ભાભી એ કીધું છે તો તૈયારી ચાલુ કરવી જ પડશે." મેં કીધું "પરીક્ષાને અઠવાડિયુ રહ્યું છે તો આજથી તૈયારી ચાલુ કરી દઈશું." પીપીયો બોલ્યો "આજ થી કેમ? હજી તો સાત દિવસની વાર છે."

મેં કીધું "ભાઈ, એક દિવસમાં એક વિષયની તૈયારી કરશું, એમ સાત દિવસ જતાં રહેશે ખબર પણ નહીં પડે. પીપીયો બોલ્યો "કોના ઘરે આપણે પરીક્ષાની તૈયારી કરવા જઈશું?" રાહુલ એ કીધું "મારું ઘર બધાથી નજીક પડે છે. તો આપણે મારા ઘરે તૈયારી કરવાનું ચાલુ કરી દઈએ."

ટપરીઃ ચા, સાથી અને સખાનો સંગમ

આ વાતમાં અમે હામી ભરી. અમે ઠીક રાત્રે આઠ વાગે રાહુલના ઘરે ભેગા થવાનું નક્કી કર્યું. અમે છ જણાએ પરીક્ષાની અગાઉ તૈયારી માટે ભેગા થયા. અમે ત્રણ ત્રીપુટી , આકાશ (બુટલેગર) , કૌશિક (પનોતી) અને ધ્રુવ (રોમિયો).

હું ઠીક આઠ વાગ્યે રાહુલના ઘરે પહોંચ્યો. ત્યાં પહોંચીને હું શું જોઉં છું? તે પાંચય જણા પાસે ચોપડી જ નથી. પાંચે પાંચ જણા તો બિન્દાસ બેઠા હતાં. હું બોલ્યો *"તમારા બધાની ચોપડીઓ ક્યાં છે?"* બુટલેગર બોલ્યો *"ચોપડીઓ લાવવાની હતી?"*

હુ કટાક્ષમાં બોલ્યો *"ના.. ના.. આપણે તો અહીં તીન પત્તી (જુગાર) રમવા ભેગા થયા છે કેમ?"* આ વાક્ય બુટલેગરને સાચું લાગ્યું. બુટલેગર વળતાં જવાબે કહે *"પહેલા કહેવાય ને હું તો ઓછા પૈસા લાવ્યો છું."* મે મારા ક્રોધને શાંત કરીને કીધું *"જો મે મુખ્ય-મુખ્ય પ્રશ્ન ગોતી રાખ્યા છે, આપણે ખાલી રટ્ટો મારવાનો છે, એટલે આપણે પાસ થઈ જશું."* ત્યાં તો પીપીયો બોલ્યો *"તને ખબર છે? પરીક્ષામાં ક્યા પ્રશ્નો આવવાના છે?"* મે કીધું *"નહીં, પણ જે પ્રશ્ન આવવાની સંભાવના છે, એને મે શોધી રાખ્યા છે."* પીપીયો બોલ્યો *"તો પાક્કુ કરવાની ક્યાં જરૂર છે આપ પ્રશ્નો, કાપલી બનાવી લઈએ.*

હું એકદમ ક્રોધિત અવસ્થામાં બોલ્યો *"કોઈ પરીક્ષામાં ચોરી નહીં કરે. આપણે મહેનત કરીને પાસ થવાનું છે."* પછી મેં જે ચોપડી કાઢી એ ચોપડી

અર્થશાસ્ત્રની હતી. તેમાં કુલ પાંચ ભાગ હતાં અને અમે છ જણા હતાં. મેં કીધું "આપણે એક એક ભાગની તૈયારી કરીશું અને એકબીજાને શીખવાડી દેશું. જેથી આપણો સમય બચી જાય.

ઠીક બે કલાક પછી આપણે એકબીજાને શીખેલી વસ્તુઓ શિખવાડીશું. આ વાતમાં બધાએ હામી ભરી. અમે છ જણા એ મારી ચોપડીના એક એક ભાગ કરીને તૈયારી કરવાનું ચાલુ કરી દીધી. હજુ માંડ અડધો કલાક થયો હશે, ને ત્યાં પનોતી મોબાઇલ લઈને બેસી ગયો. મેં પનોતીને કીધું *"ઓ ભાઈ, તારું બધું વંચાય ગયું."* પનોતી ઉત્સાહભેર બોલ્યો *"હા ભાઈ, ક્યારનું બધુ વંચાય ગયું. હું તમારી જેમ થોડી મંદબુદ્ધિનો છું."* રહુડિયાએ કીધું "અચ્છા શું વાંચ્યું? જરા એમને પણ સંભળાવ.

પનોતીએ તો ચાલુ કર્યું *"કેમ નહીં, તેણે શરૂઆત કરી અનુક્રમણીકા, પાઠ-૧ ઘટતા મળતરનો નિયમ. પાઠ-૨ અસરકારક માંગ."* મેં પનોતીને વચ્ચે રોકતા કહું "ઓ ભાઈ, તે અનુક્રમણિકા પાકી કરી છે?" આ સાંભળીને બધા હસવા લાગ્યા. રોમિયો મુંજાતા બોલ્યો *"ભાઈ એક બ્રેક લઈ લેવો જોઈએ એટલે મગજ સરખું કામ કરે"* મેં કીધું *"ભાઈ, હજુ અડધો કલાક જ થયો છે."* બધા એકસાથે બોલ્યા, રોમિયોની વાત બરોબર છે, એક ચાનો બ્રેક તો લેવો જ પડશે. તૈયારીની તો હજુ શરૂઆત કરી છે અને આવું દ્રશ્ય બને છે. હવે, આમાં ગ્રુપ સ્ટડી કેમ થશે?

ટપરીઃ ચા, સાથી અને સખાનો સંગમ

રાત્રીના નવ વાગી ગયા હતાં, અમે લોકો ચા પીવા માટે નીકળી પડ્યા. અમે ત્રણ ત્રીપુટી પીપીયાની ગાડી બસંતી પર બેઠાં અને પેલાં ત્રણ પનોતીની ગાડી ધન્નો પર બેઠાં. અમે ચાની દુકાન એ જવા માટે નીકળ્યા. હજુ થોડું આગળ ચાલ્યા જ હતાં ને ત્યાં એક પોલીસ જવાને અમારી ગાડીઓને રોકી.

અમે ત્રણ સવારીએ હતાં, પોલીસ જવાને અમારી પાસે ગાડીના કાગળિયા અને લાયસન્સ માંગ્યું. પીપીયો ડાહ્યો થઈને પોલીસ જવાનને કહે *"સાહેબ, અમે લોકો સ્ટાફમાં છીએ."* પોલીસ જવાન વાતમાં વધુ રસ લેતા બોલ્યા *"અચ્છા બેટા, ચાલો તો હું તમને જવા દઉં, પણ પહેલાં ખાલી એટલું કહી દો કે ક્યાં સ્ટાફમાં છો?"* પીપીયો મુંજાતો પણ વધુ આત્મવિશ્વાસ સાથે બોલ્યો *"સાહેબ, અમે લોકો વિદ્યાર્થી છીએ."* પોલીસ જવાન હસતાં હસતાં બોલ્યા *"બેટા, વિદ્યાર્થી ક્યારથી પોલીસ સ્ટાફના હિસ્સા બની ગયા."* આ સાંભળી અમે બધાના માથાં ફરી ગયા, બધા એકસાથે પીપીયા તરફ નજર રાખીને જોઈ રહ્યાં હતાં.

પોલીસ જવાને અમને પોલીસ સ્ટેશન લઈ ગયા. ત્યાં અમને એકાદ કલાક બેસાડી રાખ્યા. ઘરે અમે પરીક્ષાની તૈયારી કરવાનો કહીને નીકળ્યા હતાં ને અહીંયા અમે પોલીસ સ્ટેશન બેઠાં હતાં. રાહુલ જઈને પોલીસ અધિકારીથી માફી માંગે છે અને કહે છે *"સાહેબ, ફરી આવું નહીં થાય. અમારી પરીક્ષા આવવાની છે, એની તૈયારી*

કરવા માટે ભેગા થયા હતાં. અને થોડાં કંટાળી ગયા હતાં એટલે ચા પીવા માટે નીકળ્યા હતાં અને રસ્તામાં તમે મળી ગયા." પોલીસ અધિકારીએ અમને છેલ્લી વોર્નિંગ આપી અને માફીપત્ર લખાવીને છોડી મૂક્યા.

અમે પાછ રાહુલના ઘરે આવ્યાં. ચા પીવાને ગયાં હતાં અને ખાઈને આવ્યાં પોલીસ સ્ટેશનની હવા. ફરી એકવાર વાંચવાનો ખોટો પ્રયાસ ચાલુ કર્યો. રોમિયો તેની પ્રેમિકા જોડે મોબાઈલમાં વાત કરવાં લાગ્યો, પીપીયા ને તો કંઈ સમજાય જ નહીં. બીજી બાજુ પનોતી અને રહુડિયો ચોપડીમાં માથું ભટકાવે. બુટલેગર મારી પાસે આવીને કહે "ભાઈ, આપણે કાપલી જ બનાવી નાખીએ."

આ બધું જોઈને મને સમજાય ગયું કે "જો આમજ, હું પરીક્ષાની તૈયારી કરવા બેસીશ, તો જીવનમાં ક્યારેય પણ પરીક્ષા પાસ નહીં કરી શકું." હું ગુસ્સામાં ઉભો થયો. મેં બધાને કીધું "હલકટો, મારી વાત સાંભળો. આપણે પાસ થવાનું છે. એના માટે તૈયારી કરવાની છે, પાસ થઈને આખી કૉલેજને બતાવવાનું છે કે આપણે પણ પાસ થઈ શકીએ." હજુ મારી વાત હું પૂરી કરું ત્યાં તો બુટલેગર જુગારના પત્તા કાઢીને કહે "ચાલો, આપણે દસ - દસ રૂપિયાની રમીએ."

જુગારના પત્તા જોઈ મેં કીધું "તું ચોપડી ના લાવ્યો અને જુગારના પત્તા લાવ્યો?" બુટલેગરએ ધણા વટથી કીધું

"હા, મે વિચાર્યું કે બધા ભેગા થાય છે તો વાતાવરણને હળવુ કરવા માટે પત્તા સારા રહેશે."

પછી શું, અમે બધા પત્તા રમવા માટે બેસી ગયા. અમે આખી રાત પત્તા રમ્યા. ગ્રુપ સ્ટડી કરવા માટે નીકળ્યો હતો ઘરેથી અને પત્તા રમીને તે સ્ટડી અમે પૂરી કરી. મેં નક્કી કર્યું કે હું ઘરે જ પરીક્ષાની તૈયારી કરી પણ જિંદગીમાં ક્યારેય પણ ગ્રુપ સ્ટડી નહીં કરું.

"વર્તન મળે કે ન મળે વાંધો નથી,
વિચાર મળવા જરૂરી છે."

૮. પરીક્ષાનો દિવસ

ગ્રુપ સ્ટડી કરીને મને ખબર પડી ગઈ હતી કે ગ્રુપ સ્ટડી કરીને હું જીવનમાં ક્યારેય પણ પાસ નહીં થાવ. હવે મે ઘરે તૈયારી કરવાનું ચાલુ કરી દીધું. પાંચ દિવસ પછી સોમવારના દિવસે પરીક્ષા ચાલુ થઈ. પરીક્ષામાં કુલ સાત પેપર હતા. મારો, પીપીયા અને રહુડિયાનો એક જ વર્ગખંડમાં નંબર આવ્યો હતો. અમે ત્રણ એક જ વર્ગખંડમાં હોય અને કોઈ કાંડ ના થાય એવું તો બને જ નહી.

અમે લોકો પરીક્ષા આપવા કોલેજ ગયા. કોલેજનો માહોલ એવો હતો જાણે કે કોઈના મરણનું બેસણું હોય. બધા વિદ્યાર્થીઓ એકદમ શાંત હતા, જાણે કોઈના મોતનું માતમ મનાવતા હોય તેમ બધા એકદમ શાંત અવસ્થામાં પુસ્તક લઈ વાંચી રહ્યા હતા. ત્યાં પીપીયો આવીને બોલ્યો *"ભાઈ, પરીક્ષા દેવા આવ્યા છે?"* હું મુંજાતો બોલ્યો *"ના, ભાઈ અમે તો આયા જમણવારમાં આવ્યા છે."* પીપીયો હસતાં હસતાં બોલ્યો *"પરીક્ષા ચાલુ થાય તે પહેલા આપણે લોકો ચા પીને આવીએ."* અમે લોકો ચા પીને પરીક્ષાખંડ તરફ પરીક્ષા દેવા માટે નીકળ્યા.

ટપરી: ચા, સાથી અને સખાનો સંગમ

અમારી પરીક્ષાનો સમય બે ત્રીસથી ચાલુ થઈને પાંચ વાગ્યા સુધીનો હતો. અમે ત્રણેય એ નક્કી કર્યું કે ચાર વાગ્યે આપણે ત્રણેય બોયસ વોશરૂમમાં જઈશું અને એકબીજાને આવડતા પ્રશ્નોના ઉત્તરો એકબીજાને સંક્ષિપ્તમાં સમજાવી દઈશું. વર્ગખંડમાં અમે પ્રવેશ કર્યો, પરીક્ષા ચાલુ થઈને ઠીક બે ને ત્રીસ એ અમને પ્રશ્નપત્ર આપી દીધા. મને તો અમુક પ્રશ્નોના જવાબ આવડતા હતા. મેં પાછળ વળીને રહુડિયા અને પીપીયા તરફ જોયું. તે બંને પ્રશ્નપત્રને એવી રીતે જોઈ રહ્યા હતા જાણે કે તેમના વિરુદ્ધમાં કોઈ વોરંટ આવ્યું હોય. મે અંદાજો લગાવી લીધો કે, તેમને કઈં જ આવડતુ નથી.

મે પેપર લખવાનું ચાલુ કર્યું, ચાર ક્યારે વાગી ગયા મને ખબર ન પડી. ત્યાં પીપીયો ઊભો થાયને વોશરૂમ જવા માટે નિરીક્ષક પાસેથી પરવાનગી માંગી. સર એ માથું હલાવીને હા પાડી. ઠીક બે મિનિટ પછી રહુડિયો એ પણ પૂછ્યું. સર એ તેને પણ જવાની રજા આપી. ત્યાર બાદ મેં હિંમત કરીને પૂછ્યું *"સર, મેં આઈ ગો ટુ વોશરૂમ?"* સર એ કીધું *"નહીં, તે બંનેને આવી જવા દે, ત્યારબાદ તું જજ."* દસેક મિનિટ થઈ ગઈ, પરંતુ તે લોકો ન આવ્યા. હું વિચાર કરી રહ્યો હતો કે તે ત્યાં બંને શું કરી રહ્યા હશે? ત્યાં જ પીપીયો વર્ગખંડમાં આવ્યો અને તેની પછવાડે-પછવાડે રહુડિયો આવ્યો.

રાહુડીયો અને પીપીયાને જોઈ મે માથું નીચું રાખી લખવાનું ચાલુ કરી દીધું. પાંચ વાગવામાં દશ મિનિટનો બેલ પડ્યો. રાહુડીયો અને પીપીયો મારી તરફ જોવે, હું પેપરમાં જોવું પછી સરને જોવું, પછી વિચાર આવે આમને કહું તો કહું કઈ રીતે? પછી મારુ પેપર પતાવી પ્રશ્નપત્રમાં ટૂંકા ઉત્તરો લખીને બેંચમાંથી નીકળતા પડવાનો ઢોંગ કરી, મારુ પ્રશ્નપત્ર રહુડિયા તરફ કરી હું જવાબવહી સરને આપીને નીકળી ગયો. રહુડિયાની પાછળ પીપીયાનો નંબર એટલે રહુડિયામાંથી પીપીયો તેને દેખાય તેવું ઉતારે. પરીક્ષા પૂરી થઈને અમે ટપરીએ ભેગા થયા. મેં કીધું *"સર એ મને રજા જ ન આપી, બાકી બધું સેટ જ હતું."* પીપીયો મુંજાતો બોલ્યો *"હવે, આ રણનીતિ નહીં ચાલે, બીજી કોઈ રણનીતિ અપનાવી પડશે."* આમને આમ ચાર પેપર પુરા થઈ ગયા.

પાંચમા પેપરમાં રહુડિયો કોલેજનું આઈકાર્ડ અને હોલ ટિકિટ ઘરે ભૂલી ગયો. હું અને રહુડિયો બસંતીને લઈ તેના ઘરેથી આઈકાર્ડ અને હોલ ટિકિટ લેવા એના ઘરે ગયા. પરીક્ષાને ચાલુ થવામાં થોડી વાર હતી, ત્યાં પીપીયો ચા પીતો જ હતો કે રીક્ષાવાળો ઇકબાલ આવી ગયો. પીપીયાને એકલો દેખીને બોલ્યો *"ઓય, વો તેરા દોસ્તાર કહા હૈ, ઉસકે પાસ મેરા એક બીડી કા બંડલ ઉધાર હૈ."* પીપીયો જુની વાત યાદ કરતાં કહે *"અરે, હમણાં આવતો જ હશે, તેરા બંડલ મે દેતાં હું"* કહી એક બીડીનો બંડલ લઈ

એને આપવા જ જતો હોય ત્યારે હું ને રહુડિયો આવી જઈએ છે. અમને જોતાં જ ઇકબાલ ત્યાંથી ઝડપભેર નીકળી જાય છે. પરીક્ષા ચાલુ થવામાં બે મિનિટ જ બાકી હતી, ત્યારે અમે ફટાફટ દોડતાં દોડતાં ત્રણેય પરીક્ષાખંડમાં પહોંચ્યા.

ઉતાવળમાં ને ઉતાવળમાં બોલપેન લાવવાનુ ભૂલી ગયા. બાજુવાળા પાસેથી બોલપેન લઈ અમે પાંચમું પેપર આપતા જ હતાં કે કાપલી ચેકિંગ માટે બહારથી નિરીક્ષક વર્ગખંડમાં દાખલ થયા. પહેલાં બધાને ચેતવણી આપી કે જો કોઈ પણ કાપલી કે અન્ય સાહિત્ય હોય તો હમણાં જ આપી દેજો, બાકી જો ચેકિંગ દરમિયાન નીકળશે તો તમારા પર ગેરરીતિનો કેસ કરવામાં આવશે. અમે ત્રણેય તો બેફિકર હતાં કેમ કે કાપલી હતી નહીં, પીપીયો ફૂલ કોન્ફિડન્સથી કહે, *"સાહેબ ચેક કરી લ્યો તમ તમાર, આપણે આવા ખરાબ કામ કરતાં જ નથી."* આ સાંભળી નિરીક્ષક તેની પાસે આવીને પહેલાં તેને જ ચેક કર્યો.

પીપીયો ફૂલ કોન્ફિડન્સમાં *"અરે, સાહેબ મે તમને કીધું તો ખરુંને.."* આટલું બોલતાં અટકિ ગયો જ્યારે નિરીક્ષકને તેના જમણા પેન્ટના ખિસ્સામાંથી ઇકબાલને આપવાનું રહી ગયેલું બીડીનું બંડલ મળ્યું. હું રહુડિયો બંને ચકિત કે આને ક્યારથી બીડી ચાલુ કરી. નિરીક્ષક કહે *"આ શું છે? બીડીનો બંડલ?"* પીપીયો ગભરતાં કહે *"સર, આતો મારા પપ્પા માટે લેવાં નીકળ્યો હતો અને પરીક્ષાનો સમય થઈ ગયો એટલે પેપર આપવા આવી ગયો અને આ બંડલ*

ખિસ્સામાં રહી ગયો.” નિરીક્ષક કહે *“એ બધું નહીં ચાલે, ચલો ક્લાસની બહાર નીકળો.”* આ સાંભળી રહુડિયાથી ન રહેવાયું તે વચ્ચે ટાપસી પુરતા બોલ્યો *“સાહેબ, તમે તો માત્ર કાપલી અને સાહિત્ય માટે કીધું હતું, બીડીના બંડલ માટે થોડી કીધું હતું.”* પીપીયો ખુશ થઈ ગયો અને કહેતો *“હા, તો સાહેબ સાચી વાત છે.”* નિરીક્ષકે એ બંને ને બહાર જવાના આદેશ આપ્યા. ત્યાં હું વચ્ચે પડ્યો *“સાહેબ, આ ખોટી વાત છે.”* ત્યાં મને પણ વર્ગખંડની બહાર કાઢી દીધો. અમે ત્રણેય ક્લાસની બહાર, પરીક્ષા ચાલુ અને અમારા ક્લાસમાં નિરીક્ષક બધાને ચેક કરે છે. દસ મિનિટ બાદ નિરીક્ષક બહાર આવ્યાં અમને કહે *“બેટા, કૈક બોલતાં પહેલાં તેનાં વિશે જાણી લેવું ખૂબ જરુરી છે, આમ અધૂરા ઘડા જેમ છલકવાનું સારું નહીં લાગે.”* આટલું કહી અમને ક્લાસમાં જઈને બેસવાનું કહ્યું.

આમ પાંચ પેપર તો પૂરા કરી દીધા. મને ક્યારેક વિધાતા મળે તો એને મારે પૂછવું છે કે મારા નસીબમાં આવા મિત્રો અને મુશ્કેલીઓ લખવાની શું જરુર હતી. મને જીવતે જીવ નરકના દર્શન કરાવી દીધા. પરંતુ તેમના વગર મને સ્વર્ગ પણ નર્ક જેવું લાગે.

છઠ્ઠું પેપર ચાલુ થવાની તૈયારીમાં હતું. હું અને પીપીયો તો કોલેજ આવી ગયા, પરંતુ રહુડિયો દેખાયો નહી. પીપીયો એને વારંવાર ફોન લગાડે, પરંતુ તેનો ફોન લાગતો નહોતો. મનમાં ઘણા પ્રશ્નો ઊભા થવા લાગ્યા. અમે

લોકો ઝડપથી રહુડિયાના ઘરે ગયા. પરંતુ ત્યાં જઈને અમે જોયું કે, રહુડિયાના ઘરમાં તો તાળુ છે. અમે લોકો હતાશ થઈને પાછા કોલેજ આવ્યા. ત્યાં પરીક્ષા ચાલુ થવાનો બેલ વાગી ગયો. અમારા બંનેના ચહેરા ઉતરી ગયા હતા. એવું લાગી રહ્યું હતું, જાણે અમારૂ બધું લૂંટાઈ ગયું હોય.

પરીક્ષા ચાલુ થઈ, એને દસ થી પંદર મિનિટ થઈ હશે. ત્યા રહુડિયો વર્ગખંડમાં આવ્યો. એને જોઈને જાણે અમારામાં હાશકારો આવ્યો. અમે પેપર લખવાનુ ચાલુ કર્યું, ઝડપથી પેપર પૂરું કરી અમે અડધા કલાક પહેલા વર્ગખંડમાંથી બહાર આવી ગયા. ત્યાંથી બહાર આવી અમે સીધા ટપરી પર ગયા.

પીપીયા એ રહુડિયાને પૂછ્યું *"ક્યાં હતો?"* ત્યારે તેને ગળગળતા આવજે જવાબ આપતા કહ્યું *"કાલે રાત્રે પપ્પાની તબિયત બગડી ગઈ હતી એટલે તેમને દવાખાને લઈ ગયા હતા."* પીપીયો બોલ્યો *"અમને એક કોલ તો કરાયને?"* રહુડિયો બોલ્યો *"ભાઈ, દવાખાનેથી સીધા તેમને ગામડે લઈ ગયા, ગામડે નેટવર્ક ન હતું લાઈટ પણ ચાલી ગઈ હતી. મોબાઈલમાં ચાર્જિંગ પણ ન હતું એટલે મારો ફોન બંધ હતો."* મેં માધક સ્વરે કીધું *"કાકા ને હવે કેમ છે?"* રહુડિયો બોલ્યો *"હમણા ઠીક છે, તે હમણા ગામડે છે અને પરીક્ષા પૂરી કરીને હું પણ ગામડે જતો રહીશ."* મેં એને પીપીયાએ કીધું *"કોઈ પણ જાતનું કામ હોય તું ફોન કરજે."* રહુડિયા એ

માથું હલાવ્યું. અમે તેને સહારો આપવા માટે ગળે મળ્યાં અને કહ્યું *"બધું ઠીક થઈ જશે."*

પીપીયાએ મને પૂછ્યું *"કાલે કયું પેપર છે?"* મેં જવાબ આપ્યો *"કાલે સમાજશાસ્ત્રનું પેપર છે."* તેના ચહેરા પર અજીબ મુસ્કાન હતી. મેં તેના પર ધ્યાન ન આપ્યું. હવે અમે ટપરી પરથી છુટા પડ્યા. હું ઘરે આવી સમાજશાસ્ત્રની તૈયારી કરવા લાગ્યો. સવાર પડીને તૈયાર થઈ એકવાર રિવિઝન મારીને કોલેજ માટે નીકળ્યો. કોલેજ પહોંચીને હું જોવ છું કે પીપીયો એક અલગ જ આત્મવિશ્વાસ સાથે મારી સામે આવી રહ્યો હતો. મેં નવાઈ પામતા પૂછ્યું *"શું થયુ અલે ભાઈ? આજે તો પાર્ટી ઘણી ફોર્મમાં છે"* પીપીયો ઉત્સાહ સાથે બોલ્યો *"હોય જ ને વાલા, તારો ભાઈ આ પેપરમાં ટોપ કરશે."* મેં શાબાસી આપતા કીધું *"ઠીક, તમને અગાઉથી અભિનંદન."* પીપીયો હસતાં મોઢે બોલ્યો *"આભાર, તમારુ મિત્ર, કૈંક ન આવડે તો મને પૂછી લેજે."*

વર્ગખંડમાં અમે ત્રણેય બેસ્યા. નિરીક્ષકે અમને અમારુ પેપર આપ્યું. હું પીપીયાની તરફ જોવ છું. હજુ તો પેપર આપ્યાંને પંદર સેકન્ડ પણ પુર્ણ ન થયા, ને ત્યાં તો પીપીયો લખવા મંડ્યો. ઠીક એક કલાક પછી પાછળથી અવાજ આવ્યો *"સર, સપ્લિમેન્ટ."* આ અવાજ બીજા કોઈનો નહીં પરંતુ પીપીયાનો જ હતો. આ અવાજ મને એકને નહી પરંતુ આખા વર્ગખંડને આશ્ચર્ય ચકિત કરી દીધા.

ટપરી: ચા, સાથી અને સખાનો સંગમ

અમારા વર્ગખડ અધ્યાપક પણ હેરાન થઈ ગયા. જે માણસ પોતાના જીવન કાળ દરમિયાન મુશ્કેલથી દસ કાગળ લખ્યા હોય. તે અચાનકથી સપ્લીમેન્ટ્રી માંગે, તો બધા હેરાન થાય જ ને. પેપર પૂર્ણ થયું, ત્યાં સુધી પીપીયા એ છ સપ્લીમેન્ટ્રી ભરી નાખી. હું અને રહુડિયો એકબીજાના મોઢા જોયા. અમે ત્રણેય પેપર પતાવી, ટપરીએ ભેગા થયા.

ટપરી અમારા માટે સુખ-દુઃખની વાત કરવાની જગ્યા હતી. મેં પીપીયાને પૂછ્યું, *"તે આજે બહુ બધી સપ્લીમેન્ટ્રી ભરી?"* પીપીયો જબ્બરદસ્ત ખુશ મિજાજે બોલ્યો *"ભાઈ, તારો ભાઈ કાપલી બનાવીને લઈ ગયો હતો"* મે કીધું *"ભાઈ, કાપલી દેખાડતો?"* પીપીયાએ મને કાપલી બતાવી. મે કાપલી ધ્યાનથી જોઈ અને મે પીપીયાને કીધું *"અરે ભાઈ, આ અર્થશાસ્ત્રની કાપલી છે. આજે તો સમાજશાસ્ત્રનું પેપર હતું. તું સમાજશાસ્ત્રના પેપરમાં અર્થશાસ્ત્રનું લખી આવ્યો."* પીપીયો ચકિત થતાં મારી પાસેથી કાપલી ઝૂંટવીને બોલ્યો *"અરે યાર ભાઈ, હું શાસ્ત્રમાં ગૂંચવાઈ ગયો, મને એમ કે આજે અર્થશાસ્ત્રનું પેપર છે."* રહુડિયો મરક હસતાં હસતાં કહે

"બેટા, નકલ કરવામાં પણ અક્કલની જરૂર પડે."

૯. પરિણામનો દિવસ

"સુખ અને દુ:ખ બંને ભેગા આવે,
ત્યારે મનુષ્ય દુ:ખને સ્વીકારે છે."

પરીક્ષા પૂર્ણ થઈ અને કોલેજમાં વેકેશન પડી ગયું હતું. અમે ત્રણેય અમારા રોજીંદા જીવનમાં વ્યસ્ત થઈ ગયા હતા. રહુડિયો તેના પપ્પા સાથે ગામડે રહેવા જતો રહ્યો. પીપીયો દિવમાં કોઈક હોટલમાં નોકરી કરવાં લાગી ગયો. હું બસ પરીણામની રાહ જોઈ રહ્યો હતો. ક્યારે પરીણામ આવે અને નુર મને એનો જવાબ આપે.

પીપીયાની અને મારી વાત તો થતી રહેતી હતી. પરંતુ રહુડિયા જોડે ક્યારેક ક્યારેક વાતો થતી. રહુડિયાના પપ્પાની તબિયત ખરાબ રહેતી એટલે તે તેમની સેવામાં અને ઘર ખેતીવાડીના કામમાં લાગી ગયો. એકવાર હું અને પીપીયો, રહુડીયાના પપ્પાને તબિયત પુછવા ગયેલા. રહુડિયાના પપ્પા તો જાણે ભગવાનના માણસ, સરળ સ્વભાવ, શાંત મન અને આખો દિવસ બસ ભગવાનની ભક્તિમાં લીન હોય. તેમને મળીને ખરેખર અમારા મનને શાંતિ મળી. તેમની જોડે થોડો સમય વિતાવી અમે ત્યાંથી પાછા આવ્યાં.

ટપરીઃ ચા, સાથી અને સખાનો સંગમ

અમારી પરીક્ષાને એકથી દોઢ મહિનો થઈ ચુક્યો હતો. ત્યાં અમારા કોલેજના ગ્રુપમાં એક મેસેજ આવ્યો. યુનિવર્સિટીની વેબસાઈટમાં કોઈ ટેકનીકલ પ્રોબ્લેમના લીધે રીઝલ્ટ વેબસાઈટમાં રજુ નહી થાય. બધા વિદ્યાર્થીઓ કાલે કોલેજ આવીને પોતાનું રીઝલ્ટ જોઈ જવું. આ મેસેજ વાંચતા મારી ખુશીનું કોઈ ઠેકાણું ન હતું. મેં તરત જ પીપીયા ને ફોન કર્યો, મેં તેને ઉત્સાહ સાથે કીધું *"તું કાલે કોલેજ આવીશ?"* તેણે સામે જવાબ આપ્યો *"આવાનું જ હોયને હવે, કાલે અમને અમારી ભાભી મળવાની છે."* મે આંશિકપણે લજ્જત સાથે કીધું *"ભાઈ, કાલે સવારે મળીએ ત્યારે, તું રહુડિયાને કહી દેજે."* પીપીયા એ કીધું *"કેટલા વાગે ભેગું થવાનું છે?"* મેં કીધું, *"નવ વાગ્યે, ટપરી પર"*

હું નુર થી બસ હવે માત્ર એક રાત દૂર હતો. હું રાત્રે જલ્દી જમીને સુવા જતો રહ્યો. મને રાત્રે ઉંઘ આવતી ન હતી. ખબર નહિ કેમ, પરંતુ તે રાત્રી બહુ લાંબી હોય એવું મને લાગતું. જાણે રામાયણમાં રાવણને યુધ્ધમાં ઉતરતા પહેલાંની બે પંક્તિ મને યાદ આવતી હતી કે *__यही रात अंतिम, यही रात भारी__* ઘડિયાળના કાંટાને કોઈકે રોકી દિધા હોય એમ એક એક પલ વિતવામાં જાણે વર્ષો લાગતા હોય એવું લાગી રહ્યું હતું. મનમાં ઘણા પ્રશ્નો ઊભા થઈ રહ્યા હતા. જો હું પાસ નહીં થવ તો, નુર નો શું જવાબ હશે? નુર મારો પ્રેમ સ્વીકારશે? નુર મને પ્રેમ કરે છે? આવા હજારો પ્રશ્ન મારા મનમાં ઊભા થઈ રહ્યા હતા.

અનેક વિચારો મારા મનને ઘેરીને નૃત્ય કરતાં હતાં. આખી રાત વીતવા લાગીને છેક ત્રણેક વાગ્યાની આજુબાજુ મને ઊંઘ આવી. સૂર્યના પહેલાં કિરણ ઘરના દ્વારે દસ્તક દીધી ત્યારે ક્યાંક હું જાગ્યો. આ દિવસ જ એવો હતો કે હું આઠ થી દસ કલાક સુવા વાળો વ્યક્તિ માત્ર ત્રણ થી ચાર કલાકમાં ઊંઘ પૂરી કરી ઉઠી ગયો. મારા જીવનમાં ભાગ્યે જોવા મળતી ઘટના આજે મેં ઉગતો સુરજ જોયો. ઝડપથી ફ્રેશ થઈ, નાસ્તો પતાવી, હું દિવ ઠીક આઠ વાગ્યે પીપીયો જે હોટલમાં કામ કરતો ત્યાં પહોંચી ગયો. પીપીયાને ઉઠાડી તૈયાર થવાનું કીધું. રહુડિયાને ફોન કરી તેને પણ ત્યાં જ બોલાવ્યો. ઠીક એક કલાક પછી રહુડિયો આવ્યો અને પીપીયો પણ તૈયાર થઈ ચૂક્યો હતો.

પીપીયો આવીને બોલ્યો *"ભાઈ, આપણે ભગવાનના દર્શન કરીને, પરીણામ જોવા માટે જઈઍ."* મારા મનમાં તરત જ વિચાર આવ્યો, આમ જીવનમાં ક્યારેય પણ ભગવાનને યાદ તો કરતા ન હોય. પણ જયારે કંઈક માંગવું હોય, ત્યારે ભગવાનને જ યાદ કરીએ. પીપીયાની વાત રહુડિયાને ઠીક લાગી. પીપીયો બોલ્યો *"ભાઈ, પરીક્ષામાં જે કાંડ થયા છે, તે પાપ કંઈ ઓછ નથી. આપણે બધાયે ભગવાન પાસે તો જવું પડશે."* મેં કીધું, *"ભાઈ, આટલો સમય નથી."* પીપીયો બોલ્યો, *"ભાઈ, તને ભુલાય ગયું હોય, તો યાદ કરાવી દઉં. આજે નુર તને કંઈક કહેવાની છે."* નુર શબ્દ સાંભળીને હું મંત્રમુગ્ધ થઈ ગયો. પીપીયા એ કીધું, *"તું*

પરીણામના લીધે નહી, પરંતુ નુરના લીધે તો ચાલ.” મે હામી ભરી. ત્યાં પીપીયો હળવા સ્વરે બોલ્યો *“આશિક ઉતરી ગયો બાટલીમાં.”*

સૌ પ્રથમ અમે લોકો દિવ ચર્ચએ ગયા. ત્યાં પીપીયો એ પાંચ રૂપિયાની મીણબત્તી લઈ પ્રાર્થના કરી. ત્યાર બાદ અમે દરગાહમાં ગયા. ત્યાં નારિયેલ ચડાવ્યો. પછી અમે લોકો મંદિરે ગયા. દાનપાત્રમાં દસ રૂપિયા નાખી, ભગવાનને મનાવવાની કોશિશ કરી રહ્યા હતા. પરંતુ આ દ્રશ્ય જોઈ મને એટલી તો ખબર પડી ગઈ કે *“મિત્રતાનું કોઈ ધર્મ નથી હોતુ, મિત્રતા જ ધર્મ હોય”*.

અમે લોકો ત્યાંથી સીધા કોલેજે આવી ગયા. ત્યાં મને નુર દેખાઈ. તેને જોઈ હું મદિરાના નશામાં આવી ગયો હોય એવું લાગતું. નુર પાસે આવી, તેના મોઢાની ઉપર હાસ્ય હતું. તેને મને કીધું, *“કબીર ઓલ ધ બેસ્ટ.”* બસ આટલું સાંભળીને, જાણે મને પંખ આવી ગયા હોય. હું આકાશમાં ઉડી રહ્યો હોય એવું લાગી રહ્યું હતું.

પીપીયો બોલ્યો *“ભાઈ, ટપરીએ ચા પીવા જઈએ. પછી પરીણામ જોશું.”* અમે ત્રણેય ચા પીતા પીતા પરીણામની વાતો કરતા હતા. પછી અમે અમારા વર્ગખંડમાં ગયા. ત્યાં એક પછી એક વિદ્યાર્થીનું પરીણામ જાહેર થતું હતું. પીપીયોનો નંબર આવ્યો. પીપીયો બધા જ વિષયમાં નાપાસ થયો હતો. એના બાદ રહુડિયાનો નંબર આવ્યો. રહુડિયો એક વિષયમાં નાપાસ થયો હતો. મારા

હૃદયના ધબકારા વધવા લાગ્યા. ત્યાં અધ્યાપક એ મારો સીટ નંબર બોલ્યા અને કીધું કબીર પાસ થઈ ગયો.

આ શબ્દ જ્યારે મારા કાનના પડધા પર પડ્યા. મારી ખુશીનું કોઈ ઠેકાણું ન હતું. હું વર્ગખંડમાં ઊભો થઈ જોરથી બોલ્યો *"હું પાસ થઈ ગયો."* અધ્યાપક બોલ્યા, *"બેટા, થોડુક આરામથી બોલ, પાસ થયો છે ઓલમ્પિકમાં ગોલ્ડ મેડલ નથી મળ્યો."* પરંતુ અધ્યાપકને કોણ સમજાવે કે મારા માટે આ પરીણામ મારા જીવ કરતાં પણ વધારે છે. અમે ત્રણેય કોલેજની બહાર આવી ગયા.

પીપીયો બોલ્યો *"જા કબીર જા, જી લે અપની જિંદગી."* ત્યાં રહુડિયાનો ફોન રણક્યો. રહુડિયાએ ફોન ઉપાડ્યો, સામેથી રડવાનો અવાજ આવી રહ્યો હતો. રહુડિયો વાત કરતા કરતા પડ્યો. પીપીયાએ રહુડિયાને સંભાળીયો. મેં ફોન લઇને કીધું, *"કોણ?"* સામેથી જવાબ આવ્યો *"તમે ઝડપથી રાહુલને કાંધી લઈને આવો, તેના પપ્પા શાંત થઈ ગયા છે."*

આ સાંભળીને હું એકદમ હતાશ થઈ ગયો. પીપીયો બોલ્યો *"શું થયું?"* મેં હતાશા સાથે કીધું *"ભાઈ, રાહુલના પપ્પા શાંત થઈ ગયા છે."* જે માણસને અમે અમારા જીવનમાં રડતા ન હતો જોયો, તે માણસ મક્કમ મન રાખી રડી રહ્યો હતો. રાહુલને રડતા જોઈ અમે અમારા આંસુઓ રોકી ન શક્યા. જીવનમાં પહેલી વાર આવા દુઃખનો આભાસ થયો. અમને રાહુલ રડતા-રડતા બોલ્યો *"ભાઈ, બસ હમણાં*

સવારના હું તેમને મળીને આવ્યો. મારે તેમને ઘણી વાતો કહેવાની હતી. પપ્પા હું તેમને બહુ જ પ્રેમ કરું છું. હવે હું આ વાત કોને કરીશ."

પીપીયો રાહુલને શાંત રાખવાની કોશિશ કરી રહ્યો હતો. રાહુલની આવી દશા જોઈને, મને એક વાત તો સમજાય ગઈ કે *"પિતા, એક વડ વૃક્ષ સમાન વ્યક્તિ જ્યારે ડાળીઓને આધાર આપતા આપતા ખરી પડે તો ડાળીઓનું અસ્તિત્વ શૂન્ય બરાબર થઈ જાય છે."* મે આવું દ્રશ્ય જીવનમાં પહેલીવાર જોયું. જીવનમાં મસ્તી સિવાય બીજુ કશું જ ના કર્યું. રાહુલની વેદના ના પ્રવાહમાં અમે જાણે વહેવા લાગ્યા.

પિપયો અને હું, રાહુલને લઈને કાંધી લઈ જવા માટેની વાત કરી રહ્યા હતાં. રાહુલનું રડવાનું બંધ જ નહોતું થતું. ત્યાં નુર અમારી પાસે આવતી હતી અને એજ ક્ષણે અમે બે રાહુલને સહાનુભૂતિ આપતા બાઇક પર બેસાડી નીકળતા હતાં. નુર અમને અઢળક પ્રશ્નો સાથે દેખી રહી હતી. તેને આ ઘટનાની કોઈ પણ માહિતી ન હતી મે તને છેલ્લી વાર હાથ ઊંચો કરી ફરી મળીશું ના વાયદા સાથે અમે ત્રણેય નીકળી પડ્યા. એક તરફ મારા મિત્રનું દુ:ખ અને એક તરફ મારૂં પ્રેમ સુખ હતું. મેં બંનેમાંથી મિત્રના દુ:ખની પસંદગી પહેલાં કરી.

નુર કોલેજમાં બધાને પૂછી રહી હતી કે કબીર ક્યાં ગયો. પરંતુ મારૂં અને પીપીયાનું ફોન ટપરી એ પડ્યો હતો.

રાહુલના ફોનમાં ચાર્જ પૂરું થઈ ગયું હતું. પરીણામનાં દિવસે નૂર મારી રાહ કોલેજના ગેટ પર જોઈ રહી હતી. અને હું મારો મિત્રતા ધર્મ પાળી રહ્યો હતો.

<u>સમાપ્ત</u>

9 789889 556504 9